ரூபித் தீவு

இலங்கை முஸ்லிம்களின் வரலாறு

இது ஒரு
மெட்ராஸ் பேப்பர்
தயாரிப்பு

ரூபித் தீவு
இலங்கை முஸ்லிம்களின் வரலாறு

ரும்மான்

மெட்ராஸ் பேப்பர்

Title: Ruby Theevu
Author's Name: Rumman
Copyright © Rumman 2023
Published by MadrasPaper

All rights reserved. No part of this publication may be reproduced, stored in a retrieval system, or transmitted, in any form or by any means, electronic, mechanical, photocopying, recording, psychic, or otherwise, without the prior permission of the publishers.

மெட்ராஸ் பேப்பர்
MadrasPaper
(An imprint of Zero Degree Publishing)
No. 55(7), R Block, 6th Avenue,
Anna Nagar,
Chennai - 600 040

Website: www.madraspaper.com
Author's email: azkhahassen@gmail.com
www.zerodegreepublishing.com
E Mail id: zerodegreepublishing@gmail.com
Phone: 89250 61999

Ezutthu Prachuram First Edition: December 2023
ISBN: 978-93-95511-65-0
TITLE NO MP: 20

Rs. 200/-

Cover Design & Layout: Vijayan, Creative Studio
Printed at Clictoprint, Chennai, India.

என் பெற்றோருக்கும், அன்புக் கணவருக்கும்
இனிய பிள்ளைகளுக்கும் சமர்ப்பணம்

பொருளடக்கம்

1. ரூபித் தீவு 9
2. காற்றை இழுத்து வா 16
3. காணாமல் போன எருது 23
4. இலங்கையின் இளவரசன் 31
5. மஃபர் சுல்தானின் மச்சான் 39
6. பத்தாயிரம் குதிரைகள் பரிசு 45
7. தன்னம்பிக்கையா புயலா 53
8. குடும்பத் தகராறு 60
9. இரண்டேயிரண்டு நிபந்தனைகள் 65
10. துரத்தி அடித்த மக்கள் படை 70
11. எதிரியிடம் சரணடை 74
12. கெரில்லாத் தாக்குதல் 79
13. ஏ பெண்ணே 85
14. ஆயிரம் காலத்துப் பகை 93
15. தேர்ந்தெடுத்துத் துன்புறுத்தல் 98
16. உயிர்காத்த உத்தமன் 105
17. கரையோரம் பறிபோனது 113
18. ஒரு பூங்காவனம் 120
19. நல்ல காலம் பிறக்குது 127
20. விவசாயப் புரட்சி 133
21. தொப்பி பூதம் 141
22. சத்தம் போடாதே 149
23. எங்கும் சீர்திருத்தம்! 154
24. சுதந்திரக் காற்று 160
உசாத்துணை 164

1. ரூபித் தீவு

இரவு வேகமாகத் தீர்ந்துகொண்டிருந்தது. விளக்குகள் யாவும் உழைத்துக் களைத்து அணையும் தறுவாயில் இருந்தன.

"ஒரு புத்தகம் படித்தே ஆக வேண்டும் மாமா, வெளிச்சம்தான் போதாமல் இருக்கிறது."

கொழும்பில் தனது மாமனார் வீட்டில் தங்கியிருந்த அந்த அரபி அவசரப்படுகிறார். எழுந்து போன மாமனார் கையில் ஒளி வெள்ளத்துடன் திரும்புவதைக் கண்டு அதிசயிக்கிறார் மருமகன்.

"இந்தக் கல்லை வைத்துப் படிக்கலாமா என்று பாருங்க!"

ஒளியைப் பீய்ச்சியடித்துக் கொண்டிருந்தது அந்தச் சிவப்பு மாணிக்கக் கல். 'அட ரூபி!' சதுர வடிவில் பெரிதாக இருந்தமையால் மொத்த அறையையும் நனைக்கப் போதுமாக ஒளி இலங்கியது. புத்தகத்தின் வரிகளுக்கிடையில் புகுந்து விளையாடின ஒளிக்கற்றைகள்.

கி.பி ஒன்பதாம் நூற்றாண்டளவில் எழுதப்பட்ட அல்பிரூனியின் நூலில் இருக்கிறது இந்தச் சம்பவம். அந்தக் காலப் பகுதியில் இலங்கையின் கரையோரப் பகுதிகளிலும், பிரதான நகரங்களிலும் அரபிகள் குடியேறி, வர்த்தகத்தில் கோலோச்சிக் கொண்டிருந்தனர். இலங்கைத் தீவின் இரத்தினக் கற்களை உலகறியச் செய்தவர்கள் அரபு வர்த்தகர்கள்.

உலகிலேயே மாணிக்கக் கற்கள் மிகவும் செறிந்த பிரதேசம் இலங்கை. ஆயிரத்து ஐந்நூறாம் ஆண்டுகளில் வலுக்கட்டாயமாகக் குடியேறி சுமார் நானூறு ஆண்டுகளுக்கும் மேலாக இந்தத் தீவை ஆட்சி செய்த ஐரோப்பியர்கள், பல கோடிப் பெறுமதியான ரத்தினக் கற்களை இங்கிருந்து எடுத்துச் சென்றனர். அதற்கு உரிய விலையினை இந்த நாடும் அதன் மக்களும் பெற்றுக்கொண்டனரா என்ற கேள்விக்கு இன்று வரை விடை கிடையாது.

அரபிகளோ முத்து, மாணிக்கம், யானைத் தந்தம், வாசனைத் திரவியங்கள் போன்றவற்றை இங்கிருந்து பெற்று தூர தேசங்களில் விற்று வந்தார்கள். பதிலீடாக, பட்டுத் துணியையும் நாணயங்களையும் பாத்திரங்களையும் இன்னும் பலவற்றையும் வழங்கிச் சென்றார்கள். அந்த வகையில் ஏற்றுமதிப் பொருளாதாரம் என்ற ஒன்றையே இங்கு அறிமுகம் செய்தவர்கள் அரபிகள் எனலாம்.

இலங்கை என்கிற குட்டித் தீவும் அதன் கடலும் கரையோரங்களும் மலைகளும் நதிகளும் அரபிகளை வெகுவாகக் கவர்ந்திருந்தன. கி.பி. நூற்றி ஐம்பதாம் ஆண்டு எகிப்திய நாடுகாண் பயணி தொலமி உலகின் வரைபடத்தை வரைந்திருக்கிறார். அந்தப் படத்தில் சின்னதாக இலங்கையையும் குறித்துக் காட்டியிருக்கிறார். பக்கத்திலிருக்கும் பிரம்மாண்டமான இந்தியாவுடன் ஒப்பிடுகையில் நெற்றிப் பொட்டுப் போலத் தென்பட்டாலும், ஒரு தனி நாடாக அந்தக் காலத்தில் இலங்கைக்கு எத்தனை அங்கீகாரம் இருந்திருக்கிறது என்பதற்கு இதைவிட என்ன சான்று வேண்டும். க்ளோடியஸ் தொலமி தீவையும் குறித்து, தீவின் மத்திய மலைப் பகுதிகளில் இருந்து கடலோடு வந்து சேரும் நதிகளையும் குறித்துப் பெயரிட்டிருந்தார். இலங்கையின் மிக நீளமான நதியான மகாவலி கங்கைக்கு அவர் வைத்த பெயர் ‘பாஸில் பலூசியஸ்’. (பாரசீக நதி) இப்படிப் பல பாரசீகப் பெயர்கள் நிறைந்த வரைபடம் அது. இலங்கையின் மிகத் தொன்மையான முதல் மேப்பும் அதுவே.

தொலமி கி.பி. இரண்டாம் நூற்றாண்டில் இங்கு வந்ததுதான் மிகப் பழமையான அரபு விஜயமா? இல்லை. அதற்கு மிக மிக

முன்னதாகவே இலங்கை, அரேபியர்களின் சொர்க்கபுரியாக இருந்ததற்கு சரித்திர ஆதாரங்கள் இருக்கின்றன. இஸ்லாம் என்ற மார்க்கம் தோன்றிய காலம் கி.பி ஏழாம் நூற்றாண்டு. இஸ்லாம் தோன்றியதோடு அதன் செய்தி இங்கிருந்த அரபுக் குடிகளிடம் கொண்டு வந்து சேர்க்கப்பட்டு விட்டது. இங்கிருந்த அரபுக்குடிகளா!? அப்படியாயின் இலங்கை முஸ்லிம்களின் மூதாதையர்களான அரபிகள் ஏழாம் நூற்றாண்டுக்கு மிக முன்னதாகவே இங்கே குடிவந்து விட்டார்களா?

இதற்கு விடை காண்பதற்குக் கொஞ்சம் பின்னோக்கிப் போனால் 'இம்ர உல் கைஸ்' என்கிற அரபுக் கவிஞரிடம் போய் நிற்கலாம். அரபுக் கவிதைகளின் தந்தை என்று பெயர் கொண்ட கி.மு. ஆறாம் நூற்றாண்டைச் சேர்ந்த இளவரசர் அவர். அவரது கவிதைகளின் சில சொற்பிரயோகங்கள் ஆச்சரியம் தருகின்றன.

"என் அன்புக்குரியவளின் நினைவுகளை மீட்டியழுவோம்,

சற்றுத் தாமதித்துச் செல்லுங்கள் தோழமைகளே!

அவள் மட்டுமே நிறைந்திருந்த பழைய வீட்டின் நீண்ட வெளிகளும் மறைவிடங்களும் இப்போது வெறுமையாக...

காட்டு மான்குட்டியின் பிளுக்கை அதோ அங்கே படிந்திருக்கிறது,

'பில் பில்' போல

நமது பிரிவின் தினமன்று, அதிகாலையில் நான் மட்டும் எனது பூஞ்சோலையில் 'அகாசியா' புதர்களுக்கிடையில் நின்றிருந்தேன்

'கரன்புல்' நெட்டிலிருந்து எட்டிப்பார்க்கும் சிற்றரும்புகளை

ஒத்த கண்ணீர்த்துளிகள்

எனது கண்களை மறைத்திருந்தன"

இந்தப் பிரிவுக் கவிதையில் வரும் பில் பில் , கரன்புல் என்ற பதங்களைக் கவனித்தீர்களா?

இவை அரபு மொழிச் சொற்களே கிடையாது. கொடி மிளகை 'பில் பில்' என்றும், வாசனையை அள்ளித் தரும் கராம்பை

'கரன்புல்' என்றும் சொல்கிறார்கள் கைஸின் கவிதைகளை ஆராய்ந்த கவித்துறை சிறப்பியலாளர்கள். சரி, அரேபியாவில் எங்கே மிளகும் கராம்பும் விளைந்தன?

அப்படியாயின் அந்த மக்களுக்கு கராம்பும் மிளகும் விளையும் பிரதேசங்களுடன் நல்ல தொடர்பு இருந்திருக்க வேண்டும். கவிதையில் அந்தச் சொற்களை உபயோகப்படுத்தும் அளவுக்கு அம்மக்களுக்கு அவற்றோடு பரிச்சயம் இருந்திருக்க வேண்டும். கீழைத்தேய நாடுகளில் குறிப்பாக இலங்கையில் வளரும் பயிர்கள் அல்லவா இவை?

கைஸின் காலத்தில்தான் 'செரண்டிப்' என்ற இலங்கையில் இன்னொரு முக்கிய சம்பவம் நிகழ்ந்தது. விஜயனின் வருகை. இந்திய இளவரசனான விஜயனும் அவனது தோழர்களும் இலங்கைக் கரையில் வந்து இறங்கும் சரித்திர சம்பவம் நிகழ்ந்தது அந்த நூற்றாண்டில்தான். பிற்காலத்தில் மகாநாம தேரரால் எழுதப்பட்ட 'மகாவம்சம்' என்ற நூலில் இடம்பெற்றுள்ளது இந்த நிகழ்வு.

அந்தச் சமயத்தில் இந்தத் தீவை ஆட்சி செய்து கொண்டிருந்தவள் ஒரு பெண்ணரசி! குவேனி அவளது பெயர். நன்கு நாகரிகமடைந்த, நூல் நூற்றுக்கொண்டிருந்த ராட்சத குலப் பெண். குவேனிக்கும் விஜயனுக்கும் இடையில் மெல்லத் திறந்தது கதவு. விஜயன் அவளுக்கும் அவளது நாட்டுக்கும் மன்னனாகிறான். ஆனால் அந்தக் கதையை விட சுவாரசியமான இன்னுமொரு கதை உள்ளது.

விஜயன் படை பரிவாரங்களோடு வந்து, ஆட்சிக் கதிரையில் அமர்ந்தவன் இல்லையா? அவனது ஆட்சி ஒருமாதிரி போய்க் கொண்டு இருந்தது. வயது மூப்பும் தளர்ச்சியும் சேர்ந்து கொள்ள அடுத்து என்னவென்று யோசிக்கத் தொடங்கினான். நமக்குப் பிறகு யார் இங்கே ராஜா என்ற கேள்விக்கு விடை தேடியாக வேண்டும். தனது பூர்வீக வாசஸ்தலத்துக்கு தூதனுப்புகிறான். செய்தி போய்ச் சேர்வதற்குள் விஜயன் இறப்பெய்துவிட்டமையால் தற்காலிகமாக அவனது முதலமைச்சர் ஆட்சியை நடத்துகிறார். சிறிது காலம் கழித்து இலங்கையின் முதல் மன்னன் என்று பெயர் பெற்ற விஜயனின் கடிதத்துக்குப் பதில் செயல் வடிவில் வருகிறது. அவனது

நெருங்கிய சொந்தக்காரப் பையன் 'பண்டு வாசுதேவ்' மனைவி மக்களுடன் வந்து சேர்கிறான். அரசைப் பொறுப்பெடுக்கிறான். பண்டுவாசுதேவ் குடும்பத்திற்குப் பிறந்த பத்துப் பிள்ளைகளுள் ஒரேயொரு பெண். பெயர் 'உன்மாத சித்ரா'. பேரழகி.

சித்ராவுக்குப் பிறந்த மகன்தான் இலங்கையின் முதல் தூய மன்னன் என்ற அந்தஸ்தைப் பெறும் பண்டுகாபயன். என்னதான் இருந்தாலும் விஜயனும் பண்டுவாசுதேவனும் இன்னும் அடுத்தடுத்து வந்தவர்களும் இந்தியர்கள்!

பண்டுகாபயன் புதிய தலைமுறைக்குரியவன். விஜயனின் குடும்பப் பெயரைத் தாங்கியும் இருக்கிறான். இந்த மண்ணில் பிறந்தும் இருக்கிறான். எல்லாப் பொருத்தமும் சரியாக வருகிறது. எத்தனையோ சதிகளை முறியடித்து, மன்னனாக முடிசூடுகிறான். அவனது ஆட்சி அமோகமாக நடந்ததாகக் கூறுகிறது மகாவம்சம். அப்போதைய தலை நகரமாக இருந்த தம்பபன்னியைப் பல்வேறு காரணங்களுக்காக அனுராதபுரத் துக்கு தளம் மாற்றுகிறான். காலம்தான் எத்தனை வேகமாக ஓடுகிறது. கி.மு. நான்காம் நூற்றாண்டும் ஆகிவிட்டது!

பண்டுகாபனின் ஆட்சியில் புது தலைநகரம் அனுராதபுரத்தின் மேற்குப் பகுதியில் 'யவனர்கள்' குடியிருந்ததாகவும். அவர்களுக்கென்றே மன்னன் தனி நிலத்தை ஒதுக்கியிருந்ததாகவும் சொல்கிறது மகாவம்சம். யவனத் தெரு என்ற தெருவும் கூட இருந்தது. யவனர்கள் சோனகர்களைக் குறிக்கும் பதமாகும்.

சோனகர்கள்தான் இலங்கை முஸ்லிம்களின் முன்னோடிகள்! தென்னிந்தியாவின் சுப்ரமணிய பாரதியாரின் சில கவிதைகளிலும் 'சோனகர்' என்கிற சொல்லைக் காணலாம்.

எனினும் கி.மு. நான்காம் நூற்றாண்டிற்கு முன்னதாகவே அரேபியர்கள் இங்கு வந்து போய்க் கொண்டு இருந்திருக்கலாம் என்கின்றன சில கதைகள்.

'பல்கீஸ்' சபா தேசத்து அரசி, சுலைமான் என்கிற சாலமன் மன்னன் மத்திய கிழக்கில் மாமன்னனாக இருந்தபோது, அங்கிருந்து மிகத் தொலைவிலுள்ள நாடொன்றை ஆண்டு வந்தவள்! காலம் சுமார் கி.மு. ஒன்பதாம் நூற்றாண்டு இருக்கும்.

பல்கீஸினைப் பற்றிய செய்தியை அறிந்த சாலமன் மன்னன், ஒரு தூதனுப்புகிறான். சபாவின் அரசியோ, அதுவரை அம்மன்னனைப் பற்றிக் கேள்வியுற்றிருக்கவில்லை. தனது சபையில் இந்தத் தூது பற்றி ஆலோசிக்கிறாள். அவர்கள் பதிலுக்கு விலைமதிப்பற்ற பல பொருள்களை மொத்தமாக அனுப்பி வைக்கும்படி கூறுகிறார்கள். அவளது அன்பளிப்பில் யானைத் தந்தத்தாலான சிலைகள், முத்து, மாணிக்கம், கராம்பு, மிளகு, குரங்கு, மயில், சாதிக்காய் என்று விதம் விதமான பொருள்கள் இருந்தன. எல்லாம் சேர்ந்து வரும் போது கிட்டத்தட்ட இலங்கையிலிருந்து போன பொதியாக இருக்குமோ என்கிற ஐயம் ஏற்படுகிறது.

வரலாற்று ஆசிரியர்களிடையேயும் இது பற்றிப் பற்பல கருத்து வேறுபாடுகள் உண்டு. பல்கீஸ் எந்த நாட்டு அரசி, சபா தேசம் என்பது யெமனா, இலங்கையா, எதற்குமே ஆதாரம் கிடையாது. ஆனால் யெமன் தேசத்தில் இந்தப் பரிசுப் பொருள்களெல்லாம் கிடைத்திருக்கலாமா என்பது சந்தேகமே.

பல்கீஸை விடுவோம். பல்கீஸ் சாலமனை மணந்தாளா? குவேனி விஜயனை மணந்தாளா? இது எதற்குமே தொல்பொருள் ரீதியான ஆதாரங்கள் கிடையாது. எது எப்படியிருப்பினும், கி.பி முதலாம் நூற்றாண்டில் அரேபியர்கள் இலங்கையில் குடியிருந்தமைக்கான சான்றுகள் தெளிவாக இருக்கின்றன.

இலங்கை! அரபுகள் சீன தேசத்தை நோக்கி வியாபாரத்தில் செல்லும் பட்டுப் பாதையில் இருக்கும் ஒரு தரிப்பிடம். கொஞ்ச நேரம் இளைப்பாறிச் செல்லும் சுந்தரத் தீவு. அவ்வளவுதானா?

இல்லை. இங்கே உள்நாட்டில் அரபிகளுக்கு முக்கியமான இன்னொரு தளம் இருந்தது. முதல் மனிதன் ஆதம் சுவனத்திலிருந்து கீழிறங்கியபோது அவரது கால் தடம் பதிந்த இடமென்று நம்பப்படும் 'பாவாத மலை!' அதனைத் தரிசிப்பதும் அரபுகளின் செரண்டிப் விஜயத்தின் ஒரு உள்நோக்கமாக இருந்தது. கடல் வழி வர்த்தகத்தில் நல்ல அனுபவமும் தேர்ச்சியும் அவர்களுக்கு இருந்தது. காற்றின் திசையை அறிந்து பயணிக்கவும் இங்குள்ள மக்களின் மொழியைப் பேசவும் அவர்கள் நன்கு தெரிந்து வைத்திருந்தனர். தமிழ் மொழியானது

தென்னாசியப் பிராந்தியத்தின் அன்றைய வணிக மொழியாக இருந்தது. அதனால் அரபிகள் நன்கு தமிழ் பேசலாயினர்.

இன்றுவரை, இலங்கை முஸ்லிம்கள் தமிழ் பேசுவதும், சமாந்தரமாக மாணிக்கக் கல் வர்த்தகத்தில் உலகிலேயே முன்னணி வகிப்பதும் அவர்கள் தமது முன்னோர்கள் வழியாகப் பெற்ற கொடைகளே. இன்றைக்கும் மேற்கிலங்கையின் கரையோர நகரமாகிய பேருவளையின் 'பத்த' சர்வதேச ரத்தினக் கல் வியாபாரச் சந்தையாகத் திகழ்கிறது. வெண்புறாக்கள் கூட்டமாக ஒருசேரப் பறப்பது போல, வெண்ணிறச் சாரமும் மேற்சட்டையும் அணிந்து கமகமக்கும் அத்தர் திரவியம் பூசிய ஆடவர்கள் வார நாள்களில் பத்தயைச் சுற்றிப் பெருமளவில் ஒன்றுகூடுவார்கள். கைகளில் பல கோடி பெறுமதியான மாணிக்கக் கற்களை எந்தவிதத் தயக்கமும் இன்றி சுருக்குப் பைகளில் வைத்திருப்பார்கள்.

வெளிநாட்டு வணிகர்களின் புதுப் புது முகங்கள் அப்பிரதேசத்தில் தினம் தினம் முளைக்கும். சின்னதாகவும் பெரியதாகவும் பேரம் பேசி, முடிவில் உள்ளூர் வியாபாரிகள் பணக்கட்டுகளை அள்ள, மரகதக் கற்கற்களை அள்ளிக் கொள்வார்கள் சர்வதேச வணிகர்கள்.

2. காற்றை இழுத்து வா

ஒரு மன்னன் தப்பியோட வேண்டும். நாட்டின் வடமத்தியப் பகுதியிலிருந்து பல மைல்கள் தூரத்தில் இருக்கும் தென்பகுதியைப் பத்திரமாகச் சென்றடைய வேண்டும். நாடு முழுக்கத் தென்னிந்தியாவிலிருந்து வந்திறங்கிய சோழச் சக்கரவர்த்தியின் படைவீரர்கள். அவர்களின் கைகளில் சிக்காமல் போவதுதான் பிரச்சினையே.

உன்மாத சித்ராவின் மகன் பண்டுகாபய மன்னன் கி.மு. நான்காம் நூற்றாண்டில் வடமத்திய மாகாணத்தில் நிறுவிய அனுராதபுர ராஜதானி, சுமார் பதின்மூன்று நூற்றாண்டுகள் நீடித்தது. இதனை முடிவுக்குக் கொண்டு வந்தவர் தென்னிந்தியாவின் பொன்னியின் செல்வரான ராஜராஜசோழ மன்னர். அந்தச் சமயம் அனுராதபுரத்தினை ஆண்டு வந்தார் ஐந்தாவது மஹிந்த மன்னன். அவரது ஆட்சியோ சொல்லிக்கொள்ளும் படியாக இருக்கவில்லை. அரசு ஊழியர்கள் பலருக்குப் பல மாதங்கள் சம்பளப் பாக்கி இருந்தது. வரி வசூலிப்பதில் அக்கறை காட்டியிருந்தால் கூட கஜானாவில் பணம் இருந்திருக்கும். ஆனால் அதைக் கூடச் செய்யாமல் படு மெத்தனமாய் இருந்தார் மன்னர்.

இதோ, ராஜ ராஜ சோழன் தலைமையிலான படை முற்றாகச் சூழ்ந்து விட்டது. சுமார் தொண்ணூற்றைந்தாயிரம் வீரர்கள்.

கதை கைமீறிப் போய்விட்டது. எப்படியாவது யார் கண்ணிலும் படாமல் ருஹுனுப் பக்கம் போகவேண்டியதுதான்.

இதற்கு முன்னரும் ருஹுனுப் பிரதேசம் பல இன்னல்களின் போது சரணாலயமாக இருந்திருக்கிறது. அங்கு போனால் சரியாக இருக்கும்தான். சரி, யார் தயவை நாடுவது? மிகுந்த குழப்பத்தில் ஐந்தாம் மகிந்த இருக்கையில் அரசவையில் மிகவும் விசுவாசமாக இருந்த முஸ்லிம்கள் சிலர் முன்வந்து மன்னரைப் பாதுகாப்பாக அழைத்துச் சென்றார்கள். நாட்டின் இறைமையைக் காப்பதில், அரசனது உயிரைப் பாதுகாப்பதும் முக்கிய இடம்பெறும் என்பதாக அவர்கள் கருதியிருக்கலாம். கி.பி. பதினொராம் நூற்றாண்டில் மகிந்த மன்னனின் தப்பியோடுதலோடு நீண்ட வரலாற்றைக் கொண்ட அனுராதபுர யுகம் முடிவுக்கு வருகிறது. மகிந்த மன்னன் சிறிது காலத்தில் மீண்டும் சிறைபிடிக்கப்பட்டு, இந்தியாவில் கி.பி 1029ம் ஆண்டு உயிரிழந்ததாகக் கூறுகிறது சரித்திரம்.

அனுராதபுர யுகத்தின் முதலாவது மன்னன் காலத்தில் விஷேட நிலங்களைப் பெற்ற குடிகளாக இருந்து, அதே யுகத்தின் முடிவில், கடைசி மன்னனைப் பாதுகாப்பாக அழைத்துச் சென்றதுவரை அரபிகள் கௌரவத்திற்குப் பாத்திரமான பிரஜைகளாக இருந்தார்கள். நடுவில் கி.பி ஏழாம் நூற்றாண்டில் ஒரு முக்கிய நிகழ்வு இடம்பெற்றது.

இலங்கையின் துறைமுகங்கள் பலவற்றைச் சூழவும் செறிவான குடியிருப்புகளை அமைத்திருந்த அரேபியர்கள், அனுராதபுரத்து மன்னருக்கு வரி வசூலிப்பதில் பெரும் உதவியாக இருந்தனர். திருகோணமலையின் இயற்கைத் துறைமுகமும், மாந்தைத் துறைமுகமும் முற்றாக அவர்களின் கட்டுப்பாட்டில் இருந்தன. சர்வதேச வர்த்தகச் சமூகம் அங்கு நடத்திய அனைத்துக் கொடுக்கல் வாங்கல்களுக்கும் வரி வசூலிக்கப்பட்டது.

மிகிந்தலை நகரத்தில் அமைந்த மருத்துவமனையிலும் அவர்களின் பெரும் பங்கு இருந்தது. மருத்துவமனையின் மருந்து தேக்க அறைகளில் இருந்த பெரிய பாத்திரங்கள் அரேபிய வடிவமைப்புடன் இருந்தமையை, பிற்காலத்து UNESCO அகழ்வாராய்ச்சிகள் பறைசாற்றின. கண்டம் விட்டுக் கண்டம் பயணிக்கையில் தங்களுடன் மருத்துவரையும் அழைத்து வந்த

அரபிகள் இங்கிருந்த மூலிகை, வாசனைத் திரவியங்களை இனங்காண்பதற்கும் கையோடு அழைத்து வந்த யூனானி மருத்துவர்களின் தயவை நாடியிருந்தனர்.

இலங்கை நிலவரம் இப்படி இருக்க, கி.பி. *610*இல் முஹம்மத் நபி (ஸல்) அவர்கள் தன் நாற்பதாவது வயதில் தன்னை இறைத்தூதராக அறிவித்தது முதல் அரேபியாவின் தலைவிதி மாறத்தொடங்கியது. அங்கிருந்து வரும் வணிகர்கள் அரசல்புரசலாக ஏதேதோ பேசிக்கொள்வது, ரத்தினத் தீவில் குடியிருந்த அரபிகளின் காதுகளையும் அடையாமல் இல்லை. ஆம். இஸ்லாம் ஒரு பறவை போல தேசம் விட்டு தேசம் தாண்டிப் பறக்கத் தொடங்கியது.

ரத்தினத் தீவு என்பது இலங்கைதான். 'ஜஸீரது யாக்கூத்' என்றும் 'செரண்டிப்' என்றும் பாரசீகர்களிடமும், அரபியரிடமும் பிரபலமாகி இருந்தது இலங்கை. யாக்கூத் என்ற சொல்லின் பொருள் 'பெறுமதி வாய்ந்த கல்'. சீனர்களோ, மத்திய காலத்தில் மாணிக்கக் கற்களை 'முஹம்மதியக் கற்கள்' என்றே அழைத்தார்கள். முஹம்மது நபி அவர்களின் கொள்கைகளை ஏற்றுக்கொண்ட முஸ்லிமான அரபிகள் ரத்தினத் தீவிலிருந்து கொண்டு போன ஜொலிக்கும் கற்கள் அல்லவா!

அரேபியாவிற்கும் சீனாவுக்கும் இடையில் கனகச்சிதமாக அமைந்திருந்த வாசஸ்தலம்தான் இலங்கைத் தீவு. அரபுத் தீபகற்பத்திலிருந்து கப்பலில் புறப்பட்டால், கப்பலோடு காற்றை இழுத்து வந்து நடுவில் இருக்கும் கரையோரப் பகுதிகளான தென்னிந்தியாவின் மலபாரிலும் இலங்கையிலும் ஒருமுறை தங்குவார்கள். உடைந்த கப்பல் பாகங்களைச் சரிபார்த்து, உடல் நலக் குறைபாடுகளைச் சரிசெய்துகொள்வார்கள். கப்பலில் இருந்து இறங்கி உள்ளே போய், தமது கூட்டாளிகளோடு உரையாடி, ஆடை அணிகள், பண்டங்களைக் கொடுத்து மாற்றீடாக இலங்கைக்கே உரித்தான பெறுமதியான பொருட்களை எடுத்துப் போவார்கள்.

சிங்கள மொழியில் ஆடையைக் குறிக்கும் சொல், 'ரெதி' என்பதாகும். அரபு மொழியின் 'ரிதா'விலிருந்து வந்தது அது. மேற்சட்டையைக் குறிக்கும் 'கமிசய'வும் அரபுச் சொல்லான கமீஸில் இருந்து மருவியதுதான்.

மக்காவில் முஹம்மத் நபி ரகசியமாகக் கொள்கைப் பரப்பில் ஈடுபட்டு வந்து, ஒரு கட்டத்தில் பகிரங்கமாக அழைப்பில் ஈடுபடத் தொடங்கினார். தமது பிரசாரப் பணிகளுக்காக வெளிநாட்டுத் தூதர்களைத் தேர்ந்தெடுத்து உலகமெங்கும் அனுப்பி வைத்தார். சீனாவை நோக்கி அரேபியாவிலிருந்து இஸ்லாத்தின் தூதுடன் புறப்பட்ட அபீ ஹப்ஸா என்ற தோழர் பிரயாணத்தின் நடுவில் இலங்கையில் தரித்தபோது இங்கிருந்த அரபிகளைச் சந்தித்தார். கி.பி.628இல் இது நிகழ்ந்தது. ஒரு குழு அவர் கொண்டு வந்த தூதினை ஏற்று இஸ்லாத்தைத் தழுவியது.

இலங்கை வரலாற்றில், முஸ்லிம்கள், ஏழாம் நூற்றாண்டிலேயே தங்கள் உச்சப் பங்களிப்பை நாட்டுக்கு வழங்கியதாகக் கூறுகிறார் பேராதனைப் பல்கலைக்கழக வரலாற்றுப் பேராசிரியர் ஹங்குரங்கெத்த திரானந்த ஹிமி. "இலங்கையின் இயற்கை வளங்களை இனங்கண்டு அதிகபட்ச சர்வதேசச் சந்தையைப் பெற்றுக்கொடுத்தார்கள்" என்பதாக 2008ஆம் ஆண்டு நிகழ்த்திய உரையொன்றில் அவர் கூறியுள்ளார்.

சீனத் தூதுவரின் அழைப்புடன் இஸ்லாத்தை ஏற்ற அரேபியர்களுக்கு அதனைப் பற்றி மேலும் அறிந்துகொள்ளும் ஆர்வம் ஏற்பட்டது. தங்களிடையே ஆற்றல் மிகுந்த ஒருவரைத் தேர்வு செய்து, பூரண தகவல்களை அறிந்து வருமாறு அரேபியாவுக்கு அனுப்பி வைத்தார்கள். அப்போது முஹம்மத் நபி தனது பிரசாரங்களைப் பூரணப்படுத்தி, மக்கா நகரை வெற்றி கொண்டு, கி.பி.630களில் இறையடி சேர்ந்திருந்தார். அவரைத் தொடர்ந்து அவருக்கு நெருக்கமான தோழர் அபூபக்கரின் ஆட்சியும் முடிந்து, இரண்டாவது கலீஃபா உமரின் ஆட்சி நடைபெற்றுக்கொண்டிருந்தது. அவரிடம் தகவல்களைக் கேட்டுக் கொண்ட இலங்கைத் தூதர், திரும்பும் வழியில் பாகிஸ்தானுக்கு அருகாமையில் உள்ள மக்ரான் எனும் பகுதியில் மரணத்தைத் தழுவிக்கொண்டார். அவரது பணியாளர் இலங்கை திரும்பி, கொண்டு வந்த செய்தியை ஒப்படைத்தார்.

அரேபியத் தீபகற்பம் முழுவதும் பரவியிருந்த இஸ்லாம், அதற்கு அப்பாலும் பரவத் தொடங்கியிருந்தது. முஹம்மது நபியின்

நெருங்கிய நான்கு தோழர்களின் ஆட்சிக் காலம் முடிந்து, ‘உமையாக்களின்’ ஆட்சி ஆரம்பமாயிருந்தது. ஈராக் பகுதிக்கு ஹஜ்ஜாஜ் பின் யூசுப் என்பவர் கவர்னராக இருந்தார்.

அந்தக் காலப்பகுதியில் இலங்கையிலேயே பிறந்து வளர்ந்து பல்வேறு காரணங்களால் பெற்றோரை இழந்த முஸ்லிம் பெண்கள் ஒரு தொகையினர் வாழ்ந்து வந்தனர். அரேபியப் பரம்பரையில் அவர்கள் வந்திருந்த போதிலும் அவர்களது பாதங்கள் அந்த மண்ணை ஒருபோதும் தொட்டிருக்கவில்லை. இந்த நிலைமையில் சிங்கள மன்னன் முதலாம் தபோதிஸ்ல அவர்களை அரேபியாவுக்கே அனுப்பி வைக்கத் தீர்மானிக்கிறான். பயணத்துக்கான அனைத்து ஏற்பாடுகளும் துரிதகதியில் ஆரம்பமாகின்றன.

பெண்களையும் அவர்களது உடைமைகளையும் ஏற்றிக் கொண்டு வள்ளம் புறப்பட்டு இந்தியாவின் சிந்துவெளியைக் கடக்கிறது. இந்து சமுத்திரத்தின் அலைகளோடு நன்கு பரிச்சயம் பெற்றிருந்த மாலுமி, கடலை ஊடறுத்துச் சென்று சிந்து வெளியில் நங்கூரமிடுகிறார். பாய்களை இழுத்துக் கட்டிக் கொண்டிருந்தபோது பதுங்கியிருந்த கடற்கொள்ளையர்கள் படையாகத் தாக்குவதைக் கவனிக்கத் தவறிவிடுகிறார். உள்ளே இருந்ததெல்லாம் அபலைப் பெண்கள். திடீர் தாக்குதலில் நடுங்கிய அவர்களின் கூக்குரல் விண்ணைப் பிளக்கிறது. ‘கலீபாவே எங்களுக்கு உதவிடுங்கள்’ என்று கதறிய பனூயெல்பு கோத்திரத்தைச் சேர்ந்த பெண்ணொருவரின் குரல், கவர்னர் ஹஜ்ஜாஜ் பின் யூசுபைச் சேர்கிறது.

தனது படையணியில் மிகவும் வலிமையாய் துறுதுறு என்று இருந்த இளைஞன் முஹம்மத் பின் காசிமை மீட்பராக அனுப்பி வைக்கிறார் ஹஜ்ஜாஜ். முஹம்மத் பின் காசிமின் அந்தப் படையெடுப்பு, பின்னாளில் சிந்து வெளியினை அரேபியர்கள் கைப்பற்றக் காரணமாக இருந்தது.

செரண்டிப் தீவின் தலைநகரான அனுராதபுரத்துக்கும், கப்பல் புறப்பட்ட துறைமுகமாகிய மாந்தைத் துறைமுகத்துக்கும் இடையில் தரைவழிப் பாதை தெளிவாக இருந்தது. அரேபியர் துறைமுகத்தில் இறங்கி நேராக மன்னரிடம் போவதற்கு வசதியாக அமைத்துக்கொண்ட பாதையது. கப்பலில் இருந்து

இறங்கி, அப்படியே கொஞ்சம் உள்ளே போய் சுமாத்திரா, சீனா போன்ற தேசங்களிலிருந்து வாங்கி வந்த மட்பாண்டங்களை அவ்வப்போது அரசருக்கு அன்பளிப்பாக வழங்கினார்கள். இப்படித்தான் உலகின் மிகவும் சக்தி வாய்ந்த வர்த்தகப் பாதையின் சொகுசு தரிப்பிடமாக ஒரு குட்டித் தீவு திகழ்ந்து வந்தது.

இனிமையான ஆனால் சவால்கள் மிகுந்த சாகச வாழ்வு, இளநீரும் தென்னையும் தலைகுனிந்து வரவேற்கும் கடற்கரைகள், உள்நாட்டு ஆட்சியாளர்களின் நன்மதிப்பு, அனைத்தையும் பெற்றுச் சுகபோகமாக இருந்த அரேபியர்கள் ஒன்பதாம் பத்தாம் நூற்றாண்டாகும் போது, தமக்கு மென்மேலும் மார்க்க வழிகாட்டல் தேவைப்படுவதை உணர்ந்தார்கள். தமது வேத நூலான குர்ஆன், கல்வி கற்பதை அதிகம் வலியுறுத்தி வருவதை நன்கு அறிந்திருந்தார்கள். அன்றைய தேதியில் இலங்கையைப் பொறுத்தவரையில், நிச்சயம் சர்வதேச வியாபாரத்தில் அவர்களே கோலோச்சியிருந்தார்கள்.

கி.மு. மூன்றாம் நூற்றாண்டில் இந்தியாவின் அசோகச் சக்கரவர்த்தியின் புத்திரர் மகிந்த தேரர் இலங்கைக்குத் தூதாக எடுத்து வந்த பௌத்த மதமே தீவில் அதிகம் பின்பற்றப்பட்டு வந்தது. இந்தச் சூழ்நிலையில் தமது இஸ்லாமிய மார்க்கம் தொடர்பான வழிபாட்டு முறைகளை ஒழுங்குமுறையாகக் கற்றுக்கொள்ள வேண்டிய தேவை அரபிகளுக்கு ஏற்பட்டது.

அப்போது அரபுலகில் உமையாக்களின் ஆட்சி தீர்ந்து, பக்தாதைத் தலைநகரமாகக் கொண்ட அப்பாஸிய ஆட்சி நடைபெற்று வந்தது. இஸ்லாமிய உலகின் பொற்காலமாகக் கருதப்படும் காலம் அது. கலீபா ஹாரூன் அல் ரஷீதின் கண்காணிப்பின் கீழ் 'பைத்துல் ஹிக்மா' என்கிற அறிவின் இல்லம் அமைப்பு மூலமாக பல்லாயிரக்கணக்கான விஞ் ஞான, வரலாற்று நூல்கள் அரபு மொழிக்கு மொழிபெயர்க்கப் பட்டிருந்தன. அன்றைய மொழிபெயர்ப்பாளர்களின் சம்பளம் இன்றைய உலகத்தரம் வாய்ந்த விளையாட்டு வீரர்களின் ஊதியத்துக்கு ஒப்பாக இருந்தது. புதிய கண்டுபிடிப்புகளுக்கும், கணித அறிவியல் துறைக்கும் பலத்த நம்பிக்கையும் வரவேற்பும் அங்கீகாரமும் வழங்கப்பட்ட காலம் அது.

எட்டாம் நூற்றாண்டுக்கு முன்னர் வரை உலகம் முழுவதிலும் வெவ்வேறு எண் முறைகள் புழக்கத்தில் இருந்தாலும், பூச்சியம் என்ற இலக்கம் பாவனையில் இருக்கவில்லை. எனினும் இந்தியாவில் 'ப்ரஹ்மகுப்தா' என்ற மேதை பூச்சியத்தின் பிரயோகத்தை அறிந்திருந்தார். 'சூன்ய' என்ற பெயரில் புள்ளி வடிவில் அதனை உபயோகித்து வந்தார். அரபு வர்த்தகர்கள் அந்தத் தகவலை இஸ்லாமியக் கணித மேதையான அல் குவாரிஸ்மியிடம் கொண்டு சேர்த்திருந்தனர் (கி.பி 773இல்). அல் குவாரிஸ்மி, அதனை மிக எளிதாக உள்வாங்கி அதன் வழி அல் ஜீப்ரா எனும் கணிதக் கலையைத் தோற்றுவித்திருந்தார்.

கி.பி.பத்தாம் நூற்றாண்டில் இலங்கையிலிருந்து அன்றைய அப்பாஸியக் கலீபாவுக்கொரு வேண்டுகோள் வருகிறது. "எங்களுக்கொரு ஆலிமை (சன்மார்க்க அறிஞர்) அனுப்பி வையுங்கள் அமீருல் முஃமினீன் அவர்களே!"

அமீருல் முஃமினீன் என்றால், 'நம்பிக்கையாளர்களின் தலைவரே' என்று பொருள்படும். கல்வி கலை இலக்கியம் சம்பந்தப்பட்ட எந்த வேண்டுகோளும் உடனுக்குடன் நிறைவேறிய காலம் அது. 'ஆலிம்' என்கிற மார்க்கப் போதகர் பக்தாதிலிருந்து புறப்பட்டு வந்தார். அவரது பெயர் 'காலித் பின் பகாயா'.

கொழும்பை அடைந்த அவர், இங்கிருந்த இஸ்லாமியர்களின் வணக்க வழிபாடுகளை ஒழுங்கமைத்துக் கொடுத்தார். பள்ளிவாயலொன்றையும் நிர்மாணிக்கப் பணித்தார். அங்கேயே தங்கி, கற்பித்து பின்னர் கி.பி.948இல் இறையடி சேர்ந்தார்.

அவரது மண்ணறைக்கு அருகில் 'காலித் பின் பகாயா' என்ற கல்வெட்டொன்று பதிக்கப்பட்டது. இன்றும் கொழும்பு அருங்காட்சியகத்தில் பாதுகாக்கப்பட்டு வருகிறது.

இக் கல்வெட்டு பதினேழாம் நூற்றாண்டில் இலங்கையை ஒல்லாந்தர் ஆட்சி செய்தபோது கண்டெடுக்கப்பட்டது. கண்டெடுத்த ஒல்லாந்தர் அதனை வாசல் கல்லாகப் பயன்படுத்தி வந்தனர். ஆங்கிலேயர் காலத்தில் அது பெயர்த்தெடுக்கப்பட்டு நூதனசாலையில் பாதுகாப்பாக வைக்கப்பட்டது.

3. காணாமல் போன எருது

'மும்முடிச் சோழ மண்டலம்', இது சோழர்கள் சிங்களத் தீவைக் கைப்பற்றிய பின் வைத்த பெயர். கையோடு, அதுவரை தலைநகராக இருந்த அனுராதபுரத்தை ரத்து செய்துவிட்டு பொலனறுவைப் பிரதேசத்தைப் புதிய தலைநகரமாக மாற்றினார்கள். அதற்கு 'ஜனனாதமண்டலம்' என்ற பெயர் சூட்டி அழகு பார்த்தார்கள்.

சோழர்களின் இலங்கைத் தாக்குதலின் பின்னால் பல்வேறு அரசியல் காரணிகள் இருந்தன. ஆனால் அதனிலும் மேலாக இலங்கையின் முத்துக்குளிப்புத் துறைகளையும், ரத்தினக்கல் அகழ்வு நிலங்களையும், வாசனைத் திரவியங்களின் வணிகத்தையும் தமது கட்டுப்பாட்டினுள் கொண்டு வர வேண்டும் என்ற பாரிய குறிக்கோளும் அவர்களுக்கிருந்தது.

தமக்கு மிக விசுவாசமான முஸ்லிம்களின் தயவோடு ருஹுனுவை நோக்கித் தப்பியோடிய ஐந்தாம் மகிந்தன் சிறிது காலம் அங்கு ஆட்சி செய்து வந்தபோது, சோழர்களால் மீண்டும் கைது செய்யப்பட்டார். அத்தோடு முழு இலங்கையும் சோழர்கள் வசமானது. கி.பி 1017இல் நடந்த இச்சம்பவத்தின் பின் இலங்கையில் சிங்கள இளைஞர்கள் எதிர்ப்புப்

போராட்டங்களில் ஈடுபடத் தொடங்கினார்கள். சோழர்கள் சுமார் எழுபது ஆண்டுகள் இலங்கையை ஆண்டார்கள். அந்தச் சமயத்தில் நடந்த முஸ்லிம் வரத்தக நடவடிக்கைகள் குறித்துத் தகவல்கள் இல்லை. அதனால் முஸ்லிம்களும் சிங்கள ஆட்சியாளர்களுடன் தென் பிரதேசத்துக்கு நகர்ந்திருக்கலாம் என அனுமானிக்கப்படுகிறது. அன்று மிகப் பிரசித்தம் பெற்றிருந்த மாந்தைத் துறைமுகம் அதனோடு சோபையிழந்தது. சோழர்களின் கண் வங்காள விரிகுடாவிலேயே இருந்ததும் அதற்குக் காரணமாக இருக்கலாம். இந்த அனைத்தையும் கூட்டிக் கழித்துப் பார்த்தே அவர்கள் வசதிக்காக பொலனறுவையைத் தலைநகரமாகத் தேர்ந்தெடுத்திருந்தார்கள்.

சிங்களத் தீவின் பௌத்த விகாரைகளின் நுழைவாயில்களில் சந்திரவட்டக்கல் எனும் அமைப்பு மிகவும் கவன ஈர்ப்பைப் பெற்றிருந்தது. அரை வட்ட வடிவிலான செதுக்கல் வடிவத்தில் வரிகள் இடப்பட்டு, ஒவ்வொரு வரியிலும் சிங்கள உருக்கள் வேலைப்பாடாக வரையப்பட்டிருக்கும். எருது, யானை, குதிரை, சிங்கம் என்ற நான்கு மிருகங்கள், பாதி தாமரைப் பூ, தீச்சுவாலைகள், அன்னப் பறவைகள், பூங்கொடிகள் போன்ற சிங்களக் கலைவடிவங்களை சுமந்த வாசற்படிக்கட்டுக்களே, சந்திரவட்டக் கற்கள்.

சோழர்களோ, அதன் அமைப்பை மாற்றினார்கள். எருதின் உருவத்தை சந்திரவட்டக் கல்லிலிருந்து நீக்கினார்கள். விகாரை களின் முகப்பில் மாத்திரமன்றி, மாளிகைகளிலும் ஏனைய ராஜ்ய கட்டடங்களிலும் சந்திரவட்டக் கல் அமைத்தார்கள்.

இலங்கையின் வடமத்தியப் பகுதியில் கதை இவ்வாறு போய்க் கொண்டிருக்க, தென்னிலங்கையில் ருஹுனுப் பிரதேசத்தில் சிங்கள இளைஞர்கள் கொதித்துக்கொண்டிருந்தார்கள். விஜயபாகு என்ற இளைஞன் அவர்களுள் முதன்மையானவனாக இருந்தான். சுதந்திர உணர்வு அவனை ஆக்கிரமித்திருந்தது. இதேவேளை, இந்திய சோழ தேசத்தில் உட்பூசல்கள் மெதுவாகத் தலைகாட்ட ஆரம்பித்திருந்தன. தருணம் பார்த்திருந்த விஜயபாகு பெரிய தாக்குதலொன்றைத் திட்டமிட்டான்.

கி.பி.1055. சோழர்களை நோக்கி மூன்று திக்கிலிருந்து படையனுப்பினான் விஜயபாகு. ஈசல் போலக் கிளம்பிய சிங்களப்

படைகளை சோழர்களால் எதிர்கொள்ள முடியாமல் போனது. இறுதியில் அந்த மும்முனைத் தாக்குதலால் தோல்வியுற்றுத் தமது முக்கால் தசாப்த ஆட்சியை முடித்து நாடு திரும்பினார்கள் சோழர்கள். விஜயபாகு நீண்ட காலமாகவே இத்தாக்குதலுக்காக ஆளணியும் நிதியும் சேகரித்து வந்தான். பொலனறுவையை நோக்கிப் படையெடுக்கும் முன்னதாக, ருஹுனுப் பிரதேசத்தில் இருந்து வங்காள விரிகுடாப் பிரதேசத்துடன் வர்த்தகத்தில் ஈடுபட்டான். விஜயபாகுவுடன் வியாபாரத்தில் ஆதரவாய்க் கைகோத்து இருந்தவர் பெரிய தம்பி மரிக்கார். விஜயபாகு மிகத் தீவிரமான வணிகக் கொள்கைகளைக் கடைப்பிடித்தான். சோழர் தாக்குதலின் போது அந்த வருமானம் அவனுக்குப் பெரிதும் உதவியது.

இனியென்ன, சிங்கள நாட்டை சோழர்களிடமிருந்து மீட்டெடுத்த மன்னன் முடிசூட வேண்டும். விழா அனைவரும் திரும்பிப் பார்க்கும்படியாக இருக்க வேண்டும். பெரிய தம்பி மரிக்கார் ஜிப்பாவை இழுத்துக் கட்டிக்கொண்டு ஏற்பாடுகளைக் கவனிக்கப் புறப்பட்டு விட்டார். பட்டாபிஷேக வைபவத்துக்காக தென்னிந்தியாவிலிருந்து பிராமணர்களை வரவழைக்கும் யோசனை சிறப்பானதாகப் பட்டது. மரைக்கார் தனது கப்பலை அனுப்பி, பிராமணர்களை அழைத்து வந்து அவர்களை அனுராதபுரத்துக்கு அனுப்பினார். விழா சிறப்பாக நடந்தேற, விஜயபாகு, முதலாம் விஜயபாகுவாக முடிசூடிக் கொண்டான்.

இன்று காலி, பலப்பிட்டியில் உள்ள 'பிரஹ்மனவத்த' பிரதேசம் அன்று வந்த பிராமணர்களை முதலாம் விஜயபாகு குடியேற்றிய பகுதியாகும். விஜயபாகுவுக்கு அடுத்ததாக பொலனறுவைக் காலத்தில் மேலும் சில மன்னர்கள் மாறி மாறி ஆட்சி செய்தார்கள். கி.பி 1153 இல் மகா பராக்கிரமபாகு ஆட்சிக்கு வந்தார். இலங்கைக்குப் பொற்காலம் ஆரம்பமாகியது அப்போதுதான்.

'இலங்கையைத் தன்னிறைவு காண வைத்த ஆட்சியாளர்' என்ற பெயர் மகா பராக்கிரமபாகுவுக்குப் பரிந்துரை செய்யப்பட்டமைக்குப் பல காரணிகள் உண்டு. விவசாயத்தைப் பெருக்கினார். குளங்களைக் கட்டினார். அவரது அரச

அதிகாரத்தில் உயர்மட்ட அந்தரங்க ஆலோசனை சபையொன்றை வைத்திருந்தார். சபையின் பெயர், 'அந்தரங்கதுர'. இச்சபையின் மேற்பார்வையில் வெளிநாட்டு வர்த்தகம் கண்காணிக்கப்பட்டது.

மொத்தம் பதினாறு பேர் கொண்ட அந்தச் சபையில் நான்கு முஸ்லிம் பெருந்தகைகள் இருந்தார்கள்! அந்த நால்வரும் சர்வதேச விவகாரங்களுக்குப் பொறுப்பாக, இருந்ததோடு, வெலிகம துறைமுகத்தையும் நிர்வகித்து வந்தனர். வர்த்தகத்தில் அதி உச்ச லாபம் பெற்றுக் கொடுத்து நாட்டின் அந்நிய செலாவணியை உயர்த்திக் கொடுத்தார்கள். நாட்டின் சுபீட்சத்தில் இவர்களுக்குப் பெரும் பங்கிருந்தது.

பராக்கிரமபாகு பர்மாவுடன் வர்த்தகத் தொடர்புகளை ஆரம்பித்திருந்தார். யுத்தங்களுக்குத் தேவையான யானைகளை ஏற்றுமதி செய்து வந்தார். இந்த யானைகளைப் பெரும்பாலும் முஸ்லிம்களே பிடித்துக் கொடுத்தனர்.

சமுத்திரம் போன்ற குளங்களைக் கட்டியவன் மகா பராக்கிரமபாகு. அந்த மாபெரும் பணியில் முஸ்லிம்கள் பெரிதும் உதவினார்கள். கட்டடக் கலையில் உலக அளவில் அவர்கள் பெற்றிருந்த தேர்ச்சி இதுவிடயத்தில் கைகொடுத்தது. குளங்களின் சுவர்களுக்கு சுண்ணாம்பிலான சாந்து பூசும் தொழில்நுட்பத்தை, சிங்களவர்கள் அறிந்திருக்கவில்லை. முஸ்லிம்கள்தான் அதனை அறிமுகப்படுத்தி வைத்தார்கள்.

மாந்தைத் துறைமுகத்துக்குப் பின்னர், திருகோணமலைத் துறைமுகம், வெளிநாட்டு வர்த்தகர்கள் சந்திக்கும் இடமாக இருந்தது. அரபிகள் அங்கு வரும்போது, கரையோரத்தில் தாராளமாகக் கிடைத்த தென்னம் பலகை, தென்னங்கயிறு போன்றவற்றைப் பயன்படுத்தி சிதைந்த தமது கப்பல்களைக் கட்டினார்கள். பிற்காலத்தில் அங்கு கண்டெடுக்கப்பட்ட இரண்டு அரபு சிலாசனங்களில் ஒன்று கி.பி.1211இல் மரணித்த காஸி யூசுப் அல் அலவி என்பவரின் அடக்கஸ்தலத்தில் இருந்தது.

மேற்குக் கரைப்பகுதிகளில் இருந்து மரக்கலத்தில் வந்த அரபிகள், வடகீழ்ப் பருவக் காற்றின் பெயர்ச்சியோடு வந்து

சேர்ந்தார்கள். அடுத்து தென்மேற்குப் பருவக் காற்று வீசும்போது, சுமாத்திரா பக்கம் போனார்கள். இரண்டு காற்றுகளுக்கும் இடையில் குறிப்பிட்ட கால இடைவெளி இருந்தது. அந்தக் காலத்தில் இலங்கையில் பெண்களைத் திருமணம் செய்து கொண்டார்கள். அப்பெண்கள் இஸ்லாத்தைத் தழுவித் தங்களது பிள்ளைகளையும் முஸ்லிமாகவே வளர்த்தார்கள்.

தற்போதும் இலங்கையின் பெரும்பாலான பெருநகரங்களின் மத்தியில் பள்ளிவாசலொன்று இருப்பதைக் காணலாம். உள்நாட்டின் பாதை வலையமைப்புக்களை உருவாக்கி, தமது வழிபாட்டுத் தேவைகளுக்காக இடைக்கிடையே பள்ளிவாயல்களையும் அமைத்துக்கொண்டார்கள் முஸ்லிம் வர்த்தகர்கள். பள்ளிவாயல்களை அண்டிய பிரதேசங்களை வணிக நிலையங்களாக மாற்றிக்கொண்டார்கள்.

பொலனறுவையிலிருந்து அரச மாளிகைக்கும், துறை முகங்களுக்கும் இடையில் போக்குவரத்துப் பாதைகள் இருந்தன. ஆனால் உள்நாட்டில் வாழும் சாதாரண மக்களிடையே இறக்குமதிப் பொருட்களை விற்பதற்கு ஒழுங்கான வாகன வசதிகள் இருக்கவில்லை. இந்தத் தடையை நீக்குவதற்கு முஸ்லிம் வியாபாரிகள் எருதுகளை இணைத்து அவற்றின் மீது பொதியேற்றிச் செல்லும் முறையைப் பயன்படுத்தினார்கள். இவ்வகையினர் 'வலஞ்சியர்' என்ற பெயர் கொண்டு அறியப்படுகின்றனர். இந்தப் போக்குவரத்து முறையானது 'தவளம்' எனப்படுகிறது. தாம் கொண்டு வந்த பல்வேறு நாடுகளுக்குரிய உணவுப் பொருட்கள், ஆடையணிகளைக் கொடுத்து, உள்நாட்டில் விளைந்த இஞ்சி, கருவா ஏலம், பாக்கு போன்றவற்றை எடுத்துச் சென்றார்கள்.

இலங்கை அன்றைய தேதியில் உலகத்தின் நாலா பாகத்திலும் பிரபல்யம் பெற்றிருந்தது. நாடுகாண் பயணிகள் பலரும் அந்தக் காலத்தில் இந்த மண்ணை மிதித்திருந்தார்கள். இன்றைய இளைஞர்கள் பலர் ஒளிப்படக் கருவியுடன் ஊர் சுற்றிக் காணொளி வெளியிடுவதை ஒரு போதையாகக் கருதுகிறார்கள். அதே போதைக்கு ஆளான அக்காலத்து இப்னு பதூதாவும், தொலமியும், மார்க்கோ போலோவும் இங்கு மரக்கலங்களில் ஏறி வந்து இந்தத் தீவைத் தரிசித்திருக்கிறார்கள்.

மார்க்கோ போலோ வெனிஸ் நாட்டு வாலிபன். ஐரோப்பாவிலிருந்து சீன தேசம் நோக்கிப் புறப்பட வேண்டும் என்று பல நாள் கனவு கண்டான். கி.பி.1271, அவனது அவா நிறைவேறியது. இதற்கு முன்னரும் சில ஐரோப்பியர்கள் சீன தேசம் வரை போயிருப்பதாகச் சொல்கிறார்கள். ஆனால் யாரும் எதையும் ஆவணப்படுத்தவில்லை. அந்த நாடுகள், கண்டங்களெல்லாம் எப்படியிருக்குமென்று கூட ஐரோப்பியர்களுக்குத் தெரியாது.

பூமிப் பந்து மத்தியில் இருக்க சூரியனும் இன்னபிற கோள்களும் அதனைச் சுற்றி வலம் வந்து கொண்டிருந்த காலமது. மார்க்கோவின் பயணம் வெறுமனே சீனாவை இலக்கு வைத்து மட்டுமே நடக்கவில்லை. இடைக்கிடையே சிறு தீவுகளிலும் துறைமுகங்களிலும் நிறுத்தினார்கள். ஒவ்வொரு நாடும் எப்படி இருந்தது தெரியுமா! ஐரோப்பாவுக்கு வெளியே இப்படி ஓர் உலகமா! அதிலும் குறிப்பாக இந்த சிலோன் இருக்கிறதே!

சிலோனின் அழகை வியந்து எழுதி வைத்தார் மார்க்கோ போலோ. அவர் பார்த்ததில் மிகவும் அழகான தீவு இலங்கையே என்று கூறியிருக்கிறார். இலங்கையில் அவர் சந்தித்த முஸ்லிம் மக்களைப் பற்றியும் எழுதியிருக்கிறார்.

'Book of The Marvels of The World' என்ற அவரது புத்தகம் ஐரோப்பியர்களிடையே மிகப் புகழ் பெற்றது. சீனா எனும் தேசத்தைப் பற்றி நன்கு தெரிந்துகொள்ள வைத்தது. நான்கு பாகங்கள் கொண்ட இந்தப் புத்தகத் தொடரில் மூன்றாம் பாகத்தில் இலங்கை, இந்திய, ஜப்பான் கரையோர நகர்களைப் பற்றி எழுதியிருக்கிறார். கி.பி. 1295 இல் மார்க்கோவின் பயணம் முடிந்தது.

மார்க்கோ இலங்கை வந்த காலத்தில் பொலனறுவை ஆட்சி நிறைவுற்று தம்பதெனிய என்ற பிரதேசத்தை தலைநகரமாய்க் கொண்டு ஆட்சி நடைபெற்றுக்கொண்டிருந்தது. உள்நாட்டில் பல்லாயிரம் சிக்கல்கள்.

1215இல் கலிங்க மாகனும், 1247இல் மலாய தேசத்து சந்திரபானுவும் படையெடுத்து வந்தார்கள். பாண்டியப் படையெடுப்பு மூலம், வட இலங்கையில் ஆரியச்

சக்கரவர்த்திகள் தோன்றிய காலமும் இதுவே. மூன்றாம் விஜயபாகு மன்னன் ஆட்சி பீடமேறியிருந்தார்.

பேருவளையில் இருந்த மீராலெப்பை என்ற வணிகத் தலைவருக்கு ஒரு யோசனை தோன்றுகிறது. இலங்கை நெசவுப் பாரம்பரியம் மிக்க நாடு. விஜயன் கி.மு. ஆறாம் நூற்றாண்டில் இங்கு வந்த போது கூட காட்டிலிருந்த குவேனி தரப்பினர் நூல் நூற்றுக் கொண்டிருந்ததாகக் கூறுகிறது சரித்திரம். இந்தியாவிலிருந்து நெசவுத் தொழிலாளர்களை இறக்குமதி செய்தால் என்ன? புதிய முறைகளை அறிமுகம் செய்வது நல்ல வருமானத்தைப் பெருக்கலாம் அல்லவா. யோசனை செயலுருவம் பெறுகிறது. 'சாலியர்' எனும் நெசவாளர்கள் அழைத்துவரப்பட்டார்கள். பிற்காலத்தில் சாலியர் பரம்பரையைச் சேர்ந்தவர்கள் போர்த்துக்கேயரிடம் சமர்ப்பித்த முறைப்பாட்டு மனுவொன்றில், தம்மை சோனகர்கள் அவர்களது கப்பல்களில் அழைத்து வந்ததாகக் கைப்பட எழுதியிருந்தனர்.

மூன்றாம் விஜயபாகுவின் ஆட்சிக்குப் பிறகு, இரண்டாம் பராக்கிரமபாகு ஆட்சி பீடமேறினார். மன்னருக்கு வயது இருபத்தியிரண்டு வருடமானபோது, ஒரு நோய் அவரை ஆட்கொள்கிறது. திடீர் என்று நாவெல்லாம் குழறி அவருக்குப் பேச்சு வரவில்லை. ஒரு மன்னரது கம்பீரத்திலும் ஆளுமையிலும் பெரும் பங்களிப்பு செலுத்தும் அம்சமாக இருப்பது, தெளிவான பேச்சு!

பராக்கிரமபாகு நிரம்பவே கஷ்டப்பட்டார். உள்நாட்டு மருத்துவர்கள் எவ்வளவோ முயன்றார்கள். ஆனாலும் நோய் அசையாமல் நின்றிருந்தது. அரண்மனைப் பிரதானிகளிடம் பொறுப்புகளையெல்லாம் ஒப்படைக்க வேண்டிய நிலைமை வந்துவிட்டது.

"டில்லி சுல்தானுக்கு எழுதி அனுப்பி உதவி கேட்க வேண்டியதுதான்."

டில்லி மன்னனை செய்தி அடைந்த போது, அவர்கள் சிந்து மாகாணத்திலிருந்து இரண்டு வைத்தியர்களை அனுப்பி வைத்தார்கள். அவர்களில் ஒருவர், கோபால முதலிகே அன்ஸார்

இப்னு துபைல் உடையார். சிந்துவின் 'கோபால்' எனும் ஊரிலிருந்து வந்தமையால் இந்த அடைமொழியைப் பெற்றார். மன்னன் உட்பட அரண்மனையின் ஏனைய பிரமுகர்கள், அரசரின் மனைவியருக்கும் சிகிச்சையளித்து இங்கேயே தங்கி விட்டார். அதாவது அவ்வரசின் ராஜ்ய வைத்தியராக மாறிவிட்டார் 'உடையார்'. இவரது வழித்தோன்றல்கள் பிற்காலத்தில் 'பெத்தே முகாந்திரம்' என்ற பெயருடன் அரண்மனை மருத்துவர்களாக இருந்தனர்.

'தேவந்துரைத் துறைமுகம்' அன்று சர்வதேச வர்த்தகத்தில் கலக்கிய ஒரு சந்திஸ்தானம். அங்கு வந்த பாய்மரக் கப்பல்களை நிறுத்தி, அவர்களிடமிருந்து வரி அறவிடுவதற்காக மன்னன், 'மஹாபண்டித்த' என்ற அதிகாரியை நியமித்திருந்தார். அந்த அதிகாரி ஒரு முஸ்லிம்.

தாதுசேனன் மன்னன் கட்டி வைத்த மாந்தோட்டைக் குளத்தினைப் புனர் நிர்மாணம் செய்வதற்கும் இக்காலப்பகுதியில் அரபிகளின் உதவி கிடைத்தது.

4. இலங்கையின் இளவரசன்

"அந்தப் பொல்லாத தடித்த யானைக் குட்டியின் கடும் கோபத்தைக் கண்டேன்..."

ஒரே குழப்பமாக இருக்கிறதா? பண்டைய இலங்கையின் சிங்கள ராஜதானிகளின் பெயர்களை வரிசைக்கிரமமாக நினைவில் பதிக்க உதவும் பாடல் இது. அனுராதபுரத்தில் ஆரம்பித்துப் பொலனறுவை, தம்பதெனிய, யாப்பஹுவ, குருணாகல், கம்பளை, கோட்டை என்று நீண்ட ஆட்சி, இறுதியில் கண்டி மாநகரில் முடிவுக்கு வந்தது. ஆட்சியாளர்கள் மாறும்போது தங்களுடன் கூடவே புத்தபெருமானின் தந்த தாதுவையும் எடுத்துச் சென்றனர். ஒரு நகரம் அடிக்கடி அந்நியர்களால் முற்றுகையிடப்படும்போது அதைவிடப் பாதுகாப்பான இன்னொரு நகருக்குத் தாவுவது அக்கால அரசர்களின் வழக்கமாக இருந்தது.

தம்பதெனிய ஆட்சி மிகக் குறுகிய காலமே வாய்த்தது. குடும்பத்துக்குள்ளும் வெளியேயும் அரியணையை வைத்து ஆயிரம் சதிகள். இரண்டாம் பராக்கிரமபாகு 1270இல் மரணித்த பின், மகன் நான்காம் விஜயபாகுவின் தலையில் மணிமுடி அமர்ந்தது. விஜயபாகுவின் ஆட்சி, பெயர் பெற்ற ஒன்று. கல்விக்கும் பௌத்த மதத்துக்கும் மிகுந்த மரியாதை

கொடுத்து மக்களின் மனதை வென்றான் விஜயபாகு. ஆனால் அரண்மணைக்கு உள்ளேயே எதிரி இருந்திருக்கிறான். ‘மித்த’ என்கிற ராணுவத் தளபதிக்குப் பதவி ஆசை வந்துவிட்டது.

‘மித்த’ தெளிவான சூழ்ச்சியொன்றைத் தீட்டினான். அவன் போட்ட திட்டம் வெற்றி பெற வெகு நாட்களாகவில்லை. விஜயபாகு கொல்லப்படுகிறார். மித்த போன்றே அரசவையில் இருந்த இன்னொரு தளபதி, தாகூர். அவர் முஸ்லிமாக இருந்தார். மித்தவுடைய மொத்த நாடகத்தையும் அறிந்திருந்த அவர், அவனுக்கு எதிராகப் பெரும் புரட்சியில் ஈடுபட்டு, போரிட்டு ஆட்சியைக் கைப்பற்றி விஜயபாகுவின் சகோதரனான முதலாம் புவனேகபாகுவிடம் ஒப்படைத்தார்.

புவனேகபாகுவுக்கு ஒரு விடயம் நன்றாகப் புரிந்தது. இனிமேலும் இங்கிருப்பது அவ்வளவு பாதுகாப்பானதாகத் தெரியவில்லை. நாட்டுப்புறத்துக்குக் கிளம்பி விட வேண்டும். இயற்கையாகவே பாதுகாப்பு அரண்களாகக் குன்றுகளும் காடும் நிறைந்த பகுதிகள் சரியாக வரும். புவனேகபாகு தம்பதெனியாவிலிருந்து வெளியேறி தெற்கே ‘யாப்பஹுவ’ பக்கம் போகிறார். கையோடு தந்ததாதுவையும் (புத்தரின் புனிதப் பல்) எடுத்துச் செல்கிறார்.

இலங்கையில் நிலைமை இவ்வாறிருக்க, இஸ்லாமிய உலகில் ஏதேதோ நடந்து முடிந்திருந்தது. அப்பாஸியர்களை மொங்கோலியப் படையினர் தோற்கடித்து ஆட்சியைப் பிடித்திருந்தனர்.

யாப்பஹுவ குன்றின் மீது அமைகிறது புவனேகபாகுவின் அரண்மனை. சுமார் நூறு அடி உயரமான குன்று. சுற்றிலும் அகழிகள் அமைத்துப் பாதுகாப்பை மேலும் பலப்படுத்தியிருந்தார் மன்னர். அரண்மனையின் வாயில் புறத்தில் பொத்தலிடப்பட்ட சாளரங்கள் அழகு சேர்க்கின்றன. அந்தக் கலையைக் கற்றுக் கொடுத்தவர்கள் முஸ்லிம்கள். அரண்மனை அமைப்பதில் அவர்களின் பங்களிப்பு இதன் மூலம் பளிச்சிடுகிறது.

தென்னிந்தியாவின் பாண்டியர்கள் எந்நேரமும் படை திரட்டி வரலாம். பொலனறுவையில் சகோதரன் மூன்றாம்

பராக்கிரமபாகு தானே அரசன் என்று ஆட்சி நடத்துகிறான். தந்ததாது இங்கிருப்பதால் நிச்சயம் அவனது உரிமை கோரல் செல்லாது. தொடர்ந்தும் தாக்குப்பிடிப்பதற்குப் பொருளாதார பலம் அவசியம் தேவைப்படுகிறது. கூடவே சர்வதேசத் தொடர்புகளையும் விரிவுபடுத்திக்கொண்டால் கொஞ்சம் நிமிர்ந்து நிற்கலாம். நெருங்கிய ஆலோசகர்கள் பலரும் இதையேதான் சொல்கிறார்கள்.

அது எகிப்தில் மம்லூக்கிய சுல்தானின் ஆட்சிக் காலம்.

எகிப்து நாட்டுக்கும் இலங்கைக்கும் இருக்கும் நீண்ட நாள் நல்லுறவை வைத்துப் பார்க்கையில் ஒரு தூதுக்குழுவை அங்கு அனுப்பினால் நல்லது. தனது சபையில் இருந்த மிகவும் சிறப்பான மொழியாற்றல் கொண்ட அபூ உஸ்மான் தலைமையில் சிலரைத் தயார்படுத்துகிறார் புவனேகபாகு. இலங்கையின் மிகப் பெறுமதி வாய்ந்த அன்பளிப்புகள் ஒருபுறம் பொதி செய்யப்படுகின்றன. மன்னரின் நீண்ட கடிதம் தயாராகிறது.

கி.பி.1283

"அன்புக்குரிய சுல்தான் அவர்களே,

இலங்கைதான் எகிப்து. எகிப்துதான் இலங்கை. எனது நாட்டில் ஏராளமான வைர, வைடூரியக் கற்கள் இருக்கின்றன. யானைகள், அவற்றின் தந்தங்கள், கறுவா போன்ற வாசனைத் திரவியங்களும் தாராளமாகக் கிடைக்கின்றன. இவை அனைத்தையும் நிரப்பிய இருபது கப்பல்களை, ஆண்டுதோறும் சுல்தானுக்கு வழங்க நான் தயார். யெமன் நாட்டிலிருந்தும் எம்மிடம் தூதுவர்கள் வந்தார்கள். ஆனால் நாங்கள் அவர்களைத் திருப்பி அனுப்பிவிட்டோம். தங்களோடு தொடர்புகொள்வதே எங்கள் ஆசை."

கடிதத்தைத் தங்கப் பேழையில் வைத்து எடுத்துக்கொண்டு தூதுக் குழு இலங்கைக்குச் சொந்தமான கப்பலில் கிளம்பியது. பாரசீக வளைகுடா ஊடாக பஸராவிலிருந்து கெய்ரோவைச் சென்று சேர்ந்தது.

மம்லூக்கிய சுல்தானின் அரண்மனையில் செங்கம்பள வரவேற்பு. ரத்தினத் தீவின் விருந்தினர்கள் அல்லவா?

குழுவின் தலைவர் அபூ உஸ்மான், தன்னிடமிருந்த தென்னம் பட்டையால் சுற்றப்பட்ட தங்கப் பேழையினைத் திறக்கிறார். மரப்பட்டையொன்றில் மன்னர் கைப்படத் தீட்டிய கடிதத்தைக் கையில் கொடுக்கிறார். பண்டைய சிங்கள மொழியில் எழுதப்பட்ட அக்கடிதத்தை அரபு மன்னரால் புரிந்து கொள்ள முடியவில்லை. அதனால், தாமே மொழிபெயர்க்கவும் செய்கிறார்.

கடிதத்தைக் கேட்ட சுல்தான் மனம் மகிழ்ந்து இலங்கையின் இளவரசனை கௌரவித்துப் பதில் கடிதத்தையும் கையோடு கொடுத்து அனுப்புகிறார். 'இலங்கையின் இளவரசன்' என்று அவர் அபூ உஸ்மானை அழைத்ததை வரலாற்றாசிரியர்கள் வியந்து நோக்குகிறார்கள். ரகசியம் பேணுவதிலும், ராஜதந்திரமாகச் செயற்படுவதிலும் , மொழியைப் பயமின்றிக் கையாள்வதிலும் முஸ்லிம்கள் கொண்ட ஆற்றல் மீது புவனேகபாகு வைத்திருந்த நம்பிக்கை அளப்பரியது.

தூதுக் குழு நாடு திரும்பிய பின்னர், கெய்ரோவின் சுல்தான் இலங்கையுடனான தனது உறவை பலப்படுத்திக்கொள்ளும் பல்வேறு காரியங்களை நிறைவேற்றினார். ஆனால் அவற்றைக் கண்களால் காண்பதற்கு புவனேகபாகுவுக்குக் கொடுத்து வைத்திருக்கவில்லை. 1284இல் இறப்பெய்துகிறார். பிற்காலத்தில் நிகழ்த்திய அகழ்வாய்வுகளில் பதின்மூன்றாம் நூற்றாண்டிற்குரிய பஹ்ரி மம்லூக் சுல்தான் காலத்து நாணயங்கள் இலங்கையில் கண்டெடுக்கப்பட்டன.

புவனேகபாகுவின் மறைவுக்குப் பின்னர் குலசேகர பாண்டியனின் படையெடுப்பு நிகழ்ந்தது. யாழ்ப்பாணத்தை ஆண்ட ஆரியச் சக்கரவர்த்தியின் துணையுடன் யாப்பஹுவ குன்றில் பத்திரமாக இருந்த தந்த தாதுவை, பாண்டியர்கள் கைப்பற்றிக்கொள்கிறார்கள்.

பொலனறுவையில் இருந்த மூன்றாம் பராக்கிரமபாகு பாண்டியர்களிடமிருந்து தாதுவை மீட்டு, பொலனறுவைக்கே எடுத்துச் செல்கிறான். பல குடும்பத் தகராறுகளின் பின்னர்,

மறைந்த புவனேகபாகுவின் மகன் இரண்டாம் புவனேகபாகுவின் கைக்கு தந்த தாது வருகிறது. அவர் தமது ஆட்சிப் பிரதேசமாக குருணாகலையைத் தெரிவு செய்கிறார். குருணாகலையில் இருந்த யானை வடிவ குன்று அவரது ராஜதானியாகிறது. எந்நேரமும் எப்படையும் வந்து போர் தொடுக்கும் நிலைமையே அன்று அக்கால கட்டத்தில் இருந்தது. குருணாகலைக் குன்று ஒப்பீட்டளவில் பாதுகாப்பானதாகத் தோன்றியது.

இரண்டாம் புவனேகபாகுவின் ஆட்சியில் பௌத்த பிக்குகள் நன்றாகக் கவனிக்கப்பட்டார்கள்.

முழுமதி தினமொன்றில் அவரது பட்டமேற்பு விழா நடந்தது. அன்று, பிக்குகள் ஆயிரம் பேருக்கு முழு தானம் வழங்கினார். இரண்டாம் புவனேகபாகு அவரது ஆட்சியை வழிநடத்திச் செல்ல வாரிசொன்று இல்லாதிருப்பதற்காக மிக வருந்தினார். அவரது அரண்மனை ஆலோசகர்கள் ஒரு யோசனையை முன்வைக்கிறார்கள்.

"மாற்று மதப் பெண் ஒருவரைத் திருமணம் செய்தால் குழந்தைப் பாக்கியம் உண்டாகும் வாய்ப்புள்ளது மன்னா!"

பேருவளை 'அஸ்வத்தும' பிரதேசத்தில் ஈரான் நாட்டின் குராஸான் பகுதியிலிருந்து வந்த முஸ்லிம் பிரபு ஒருவர் இருந்தார். 'அதின் விதின் வீர விக்ரமசிங்க முதியன்ஸே' என்ற பெயருடைய அவருக்கு அழகிய மகள் இருந்தாள். 'மெதகிடிய குமாரி' என்று சிங்களவர்களால் அழைக்கப்பட்ட அவளது பெயர் 'குராஸான் பீபி'.

குராஸான் பீபி, மதத்தலைவர்களின் ஆலோசனைப்படி, புவனேகபாகுவின் இரண்டாம் மனைவியாகிறாள். சொன்னது போலவே அவர்களுக்கு ஒரு மகன் பிறக்கிறான். அவனது பெயர் இஸ்மாயில். சிங்களவர்கள் அவனை 'வஸ்துஹிமி' என்றே அழைத்தனர்.

வஸ்துஹிமி தனது முஸ்லிமான தாயாருடன் வளர்ந்தான். மார்க்க கல்வி பயின்று இஸ்லாத்தைப் பின்பற்றினான். வளர்ந்ததும் குருணாகலைக்கு வந்து அரச பதவியேற்றான். சிங்கள நாட்டின் முதலாவது முஸ்லிம் மன்னர் பதவியேற்ற இந்நிகழ்வு, வரலாற்று முக்கியத்துவம் வாய்ந்தது. "என்றாலும்

சிங்கள வரலாற்றாசிரியர்கள் இதனைத் தங்களது புத்தகங்களில் குறிப்பிடுவதைத் தவிர்த்துள்ளனர்" என்கிறார்கள் மோகன் மற்றும் வசுந்தரா **(1985)**

வத்ஹிமி தனது தந்தையைப் பின்பற்றி தினமும் ஆயிரம் பௌத்த பிக்குகளுக்கு அன்னதானம் வழங்கினான்.

"மாற்று மதத்தைச் சேர்ந்த இம்மன்னன் தினமும் ஆயிரம் பிக்குகளுக்கு தான தர்மம் வழங்கினான்" என்கிறது மகாவம்சம்.

இளம் வயதிலேயே அளப்பரிய சவால்களை எதிர்கொள்கிறான் வஸ்துஹிமி. இஸ்லாமியனாக அவன் வாழ்ந்தது அன்றைய பிக்குகளுக்குப் பிடிக்கவில்லை.

வத்ஹிமி சிறிது நோய்வாய்ப்பட்டதைத் தமக்கு சாதகமாகப் பயன்படுத்துகின்றனர் அரண்மனையினர். மன்னரின் நோயைக் குணப்படுத்தும் முகமாக, 'பிரித்' எனப்படும் பௌத்த ஸ்லோகங்களை ஓதும் நிகழ்வை நடத்த அனுமதி பெறுகின்றனர்.

மலைக் குன்றில் விழாவுக்கான மேடை அமைக்கப்படுகிறது. மன்னர் அமர்வதற்காக ஒரு நாற்காலி போடப்படுகிறது. நாற்பது பிக்குகள் சூழ, சேவகர்கள் மன்னரை குன்றின் உச்சிக்குத் தூக்கிச் செல்கிறார்கள். பதினெட்டே வயதான வஸ்துஹிமி, நாற்காலியில் அமர்ந்ததுதான் தாமதம் , மலைக்குப் பின்னால் உருண்டு விழுந்து மரணத்தைத் தழுவிக்கொள்கிறான். குர்ஆனை ஓரளவுக்கு மனனமிட்டிருந்த அந்த இளம் மன்னனின் மரணம் அப்பிரதேச மக்களை அதிர்ச்சிக்குள்ளாக்கியது.

வஸ்துஹிமியின் பிறப்புக்குப்பின், அவரது தந்தைக்கு நாலாம் பராக்கிரமபாகு பிறக்கிறான். வஸ்துஹிமியின் மரணத்துடன் அடுத்து ஆட்சிபீடமேறியதும் அவனே. ஆட்சியை முன்னதாகவே கைப்பற்றிக்கொள்வதற்காக அவன் வஸ்துஹிமியைக் குருடாக்கினான் என்றும் சில கதைகள் கூறுகின்றன. எப்படியிருப்பினும் இன்றும் வஸ்துஹிமியின் கல்லறை குருணாகல் பகுதியில் முஸ்லிம்களின் பொறுப்பில் பாதுகாக்கப்பட்டு வருகிறது. இஸ்மாயில் என்ற பெயரில் கல்வெட்டும் உள்ளது.

அநியாயமான முறையில் மன்னர் கொல்லப்பட்டமையால் அவரது ஆவி அந்தப் பகுதியில் உலாவுவதாக சிங்களவர்கள் நம்பினர். அதனால் வஸ்துஹிமியை 'கலேவல பண்டார' எனும் பெயரில் கும்பிட்டு வருவதற்கான ஸ்தலமொன்றை, குன்றுக்குப் பக்கத்திலேயே அமைத்தனர்.

இந்த நிகழ்வினை முற்றாகத் திரிபுபடுத்தி எடுக்கப்பட்ட சிங்களத் திரைப்படமே 'சிரி பரகும்'. 2013ஆம் ஆண்டு வெளி வந்து நூற்றி ஐம்பது நாட்கள் திரையரங்குகளில் ஓடி முப்பத்தி ஆறு கோடி வசூல் சாதனை படைத்தது. இன்றைய தேதி வரை, அதி கூடிய வசூல் படைத்த சிங்களத் திரைப்படம் கூட இதுதான்.

திரைப்படத்தின் முதலாவது காட்சி, குழந்தை வஸ்துஹிமியின் அழுகுரலுடன் ஆரம்பமாகிறது. தம்பதெனியாவை ஆண்ட மூன்றாம் விஜயபாகுவின் ஆசை ராணியாகிய முஸ்லிம் பெண்ணின் மைந்தனாக வத்ஹிமி காட்டப்படுகிறார்.

எத்தனையோ வரலாற்று நூல்கள் வத்ஹிமியை இரண்டாம் புவனேகபாகுவின் மகனாகக் குறிப்பிட்டுள்ளன. அவரது சமாதி இருக்கும் இடம் கூட குருணாகல் குன்றின் அருகாமையிலேயே என்பதும், இங்கு கவனிக்கப்பட வேண்டும்.

திரைப்படத்திலோ மூன்றாம் விஜயபாகுவின் மூத்த புதல்வன் குழந்தை பராக்கிரமபாகு முடிக்குரிய இளவரசனாக இருக்கிறான். ஆனால் மன்னனின் ஆசைநாயகியான அந்த முஸ்லிம் பெண்ணோ தனது மகனுக்கு ஆட்சியுரிமை கோரி மன்னனிடம் வாக்குறுதி பெற்றுக்கொள்கிறாள். அவளுக்குப் பயந்து அரசர், மூத்தவனான இரண்டாம் பராக்கிரமபாகுவை காட்டுக்கு அனுப்பி விடுகிறான். திரைக்கதையின் சுவாரசியம் கருதி வரலாற்றைத் திரிபு படுத்தியிருக்கிறார்கள்.

சின்னவனான பராக்கிரமபாகு, காட்டில் வாழும் சுதேச மக்களுடன் நடத்தும் வாழ்க்கையே படத்தின் பிரதான நீரோட்டமாக ஓடுகிறது. படம் ஆரம்பிக்கும் போதே, "பதின்மூன்றாம் நூற்றாண்டில் தம்பதெனியாவை ஆண்ட பராக்கிரமபாகு மன்னனின் சிறு பிராயம் குறித்து, வாய் மொழி மூலம் வழிவந்த கதைகளை வைத்துப் புனையப்பட்ட

கதையே அன்றி, இது வரலாற்று ஆவணம் அல்ல" என்று காட்சிப்படுத்துவதற்கு மறக்கவில்லை இயக்குனர். அப்படியாயின் கதையின் ஏனைய அம்சங்கள் யாவும் தூய வரலாறு என்கிறாரா? மூன்றாம் விஜயபாகு காலத்தில், தம்பதெனியாவில் ஆட்சி செய்து வந்த வத்ஹிமியை, குருணாகல் மலையடிவாரம் வரை கொண்டு வந்து தள்ளிவிட்டதாகவே வைத்துக் கொள்வோம். முற்புதர்க் காடுகளும், பாறைகளும், குன்றுகளும் நிறைந்த அந்தத் தம்பதெனியா பூமியின் ஒரு அந்தத்திலிருந்து மறு அந்தம் வரை இளம் மன்னரை ஏமாற்றி அழைத்து வந்ததாக வைத்துக்கொள்வோம். அவர்களின் கதைப்படி வத்ஹிமியின் கொலைக்குப் பின் அரச பதவியேற்ற இரண்டாம் பராக்கிரமபாகு, தனது அரசவை வைத்தியர்களாக முழுக்க நம்பியிருந்தது முஸ்லிம் வைத்தியர்களையே.

வஸ்துஹிமி என்ற முஸ்லிம் மன்னரின் ஆட்சி நடந்ததை அனைத்துத் தரப்பினரும் ஏற்றுக்கொள்கின்றனர். ஆனால் அவரது ஆட்சிக் காலமும், இடமும் திரிபுபடுத்தப்பட்டுள்ளன. எப்படிப் பார்த்தாலும் அதிக ஆதாரங்களின் அடிப்படையில் வத்ஹிமியின் காலம் குருணாகல் ராஜதானியின் இரண்டாம் புவனேகபாகுவுக்குப் பிற்பட்டதே.

5. மஃபர் சுல்தானின் மச்சான்

அரியாசனம் என்றொன்று இருந்தால் அடிதடியும் இருக்கத்தான் செய்யும். மதுரையின் குலசேகர பாண்டியனின் படையெடுப்புடன் யாப்பஹுவக் குன்றில் பாதுகாப்பாக இருந்த தந்த தாது பறிபோனதில்லையா? போராடி அதனை மீட்டெடுத்தவன் மூன்றாம் பராக்கிரமபாகு. சில காலம் பொலனறுவையில் ஆட்சி செய்து வந்தான். மறுபுறம் குன்றில் வாழும் புவனேகபாகுவின் மகன் உரிமை கேட்டு வந்து விடுவானோ என்று பராக்கிரமபாகுவிற்கு உள்ளூர பயம் இருந்துகொண்டே இருந்தது. அதனைப் பற்றிய பேச்சே இல்லாது அவனைக் குருடாக்கிவிட்டால் சுபம் என்று நினைத்தான் பராக்கிரமபாகு. சதியாலோசனை ஆரம்பமானது.

சொந்த மைத்துனனின் இந்தச் சதி புவனேகபாகுவின் மகனான இரண்டாம் புவனேகபாகுவின் காதுகளை எப்படியோ எட்டிவிட்டது. அவன் கடும் கோபமுற்று பெரும் படையோடு சென்று போரிட்டு, தந்த தாதுவை மீட்டு வந்தான். இனிமேலும் இந்தக் குன்றின் மீது இருக்க முடியாதென்று முடிவெடுத்து, சற்றே தெற்காக இருக்கும் யானை வடிவ குன்றை நோக்கி நகர்ந்தான். குருணாகலை ராஜ்யம் இனிதே ஆரம்பமானது. அவனது ஆட்சியில் முஸ்லிம்கள் செழிப்போடு வாழ்ந்தார்கள். சாதிய வேறுபாடுகள் நிறைந்த அக்காலத்திலும் மன்னர் முஸ்லிம்

பெண்ணொருத்தியை இரண்டாம் தாரமாக மணக்கும் அளவு அந்தஸ்தோடிருந்தார்கள்.

சரி... முன்னைய அத்தியாயத்தில் அவர்களின் புத்திரன் வத்ஹிமி பண்டாவின் கொலை வழக்கு வரை பார்த்தாயிற்று. அந்த இடைவெளியில் அங்கே பாண்டிய நாட்டில் என்ன நடந்தது?

படையெடுத்து வந்த குலசேகர பாண்டியன் போர் வெற்றிகளுக்குப் பெயர்போனவன். அவனுக்கு இரண்டு மகன்கள். மூத்தவன் வீர பாண்டியன், தந்தையின் பிரியத்துக் குரியவன். இளையவன் சுந்தர பாண்டியன், பாட்டனாரின் பெயர் கொண்டவன். முறையான பட்டத்து ராணிக்குப் பிறந்தவன். அடுத்த ராஜா யார் என்பதில் இவர்களுக்கிடையில் தீராத போட்டி. மன்னனின் தலை மூத்தவன் வீரபாண்டியன் பக்கமே சாய்ந்திருந்தது. ஒரு கட்டத்தில் சுந்தரன், தந்தையைக் கொன்றுவிடுகிறான். பாண்டியர்களுக்கிடையே யுத்தம் இனிதே ஆரம்பமானது.

முடிவின்றி தறிகெட்டுச் சென்ற இந்தப் பிரச்சினைக்குத் தீர்வாக டெல்லியை ஆட்சி செய்து வரும் சுல்தான் அலாவுதீன் கில்ஜியிடம் உதவி கேட்டால் என்ன? சுந்தர பாண்டியனின் வேண்டுகோள் பறக்கிறது. அதற்கு இணங்கிய டெல்லி சுல்தான், மலிக் கபூர் என்ற தனது இராணுவத் தளபதியை அனுப்பி வைத்தார். மலிக், கில்ஜியின் முக்கியமான வீரன். இந்தியாவிலிருந்து மொங்கோலியர்களை அடித்துத் துரத்திய யுத்தத்தில் முன்னின்றவன்.

கில்ஜியின் படைகள் பாண்டிய நாட்டுக்குள் புயலெனப் பாய்ந்தன. எவ்வளவு போராடியும் வீரபாண்டியனை வீழ்த்தி சுல்தானுக்கு அடிபணிய வைக்க அப்படையால் முடியவில்லை. கடைசியில் கிடைத்த மாணிக்கக் கற்கள், யானைகள், குதிரைகள் சகிதம் கிளம்பிவிடுகிறது கில்ஜியின் படை. இது கி.பி.1311.

வட இலங்கையில் ஆரிய சக்கரவர்த்திகளுக்கு பாண்டியர்களின் இந்தக் களேபரம் நல்ல வாய்ப்பாகிப்போய்விட்டது. சிங்கள மன்னர்களோ தெற்கை நோக்கி நகர்ந்துகொண்டே இருக்க, பாண்டியர்களோ யுத்தமேகங்களுடன் கரைந்து கொண்டிருந்தார்கள். கேட்கப் பார்க்க ஒரு நாதி இல்லை. வட

இலங்கையின் பெரும் பகுதிகளைக் கைப்பற்றிக்கொள்கிறார் ஆரிய சக்கரவர்த்தி. மெதுவாகத் தென்பகுதி நோக்கி ஆட்சியை விஸ்தரிக்கவும் எத்தனிக்கிறார். புத்தளம், சிலாபம், வத்தளை பிரதேசங்கள் அவர்கள் வசமாகின்றன.

அடுத்ததாக அவர்களுக்கு சர்வதேச வியாபாரத்தின் பக்கம் எட்டிப் பார்க்கும் தேவை வருகிறது.

பாக்தாத் நகரிலோ இஸ்லாமியக் கிலாபத் வீழ்ச்சியடைந்து வணிகம் மந்தகதியில் போய்க்கொண்டிருக்கிறது. எகிப்தின் அலெக்ஸாண்ட்ரியாவில் பாரிய பூகம்பம் வந்து நாடு மீண்டுகொண்டிருக்கிறது. இதனால் அரபுக் கப்பலோட்டிகள் இந்தியாவின் மேற்குக் கரைப் பக்கமும் சோழமண்டலப் பக்கமும் வருவதை அதிகப்படுத்தியிருந்தனர்.

தெற்கு நோக்கி நகர்ந்த சிங்கள மன்னர்களோ, விவசாயமும் செய்ய வழியின்றி, திறைசேரியை நிரப்ப வழி பார்த்திருந்தார்கள். 'ரஜரட்ட' எனப்படும் அனுராதபுர, பொலனறுவைப் பகுதிகளைக் கைவிட்டு வந்தமை பலத்த பொருளாதார சரிவுகளைத் தோற்றுவித்திருந்தது. விவசாய நிலங்கள் பல தரிசாகியும் இன்னும் சில காடு பாய்ந்து பயனற்றும் போய் இருந்தன. கட்டி வைத்த வாவிகள் பலவும் உடைந்து வற்றி இருந்தன. சிங்கள மன்னர்களைப் பொறுத்தளவில் தென் பகுதிகளில் விளையும் வாசனைத் திரவியங்களை சர்வதேச அளவில் விற்பது ஒன்றே இனித் தீர்வு.

அந்தச் சமயத்தில்தான் கடல் கடந்து பிரயாணம் செய்த உலகப் புகழ் பெற்ற யாத்திரி 'இப்னு பதூதா' இலங்கைக் கரையை அடைகிறார். வருடம் கி.பி. **1344.**மொரோக்கோவிலிருந்து புறப்பட்ட இப்னு பதூதாவின் கப்பல் பல தேசங்கள் தாண்டிப் பயணித்து, மாலை தீவுகளுக்கு அருகாமையில் நின்றது. இந்தியாவின் மேற்குக் கரையான மஃபரை அடைவற்கு மூன்று நாட்கள் தேவைப்படும். ஒழுங்கான மாலுமியும் அந்தச் சமயத்தில் கப்பலில் இருக்கவில்லை. ஆடி அசைந்து ஒன்பது நாட்கள் கழித்து இலங்கைத் தீவினை அண்மித்தது.

"அந்தத் தீவின் கரையில் ஒதுங்குவது பொருத்தமாகத் தெரியவில்லை தலைவரே! செரண்டிப்பின் வட பகுதி

அது. ஆரிய சக்கரவர்த்தியின் அதிகாரத்தின் கீழ் வருகின்றது. அவரிடம் நூற்றுக்கணக்கான கப்பல்களும் அதற்கேற்ற ஆளணியும் இருக்கின்றதாம். கடல் கொள்ளையர்களோடும் தொடர்பில் இருக்கிறாராம்."

கரையொதுங்குவதா இல்லையா என்று அவர்கள் தீர்மானிப்பதற்குள் கடும் காற்று வீசத்தொடங்கியது. இனி அவகாசமில்லை. எது வந்தாலும் பார்த்துக்கொள்வோம் என்ற திட்டத்தோடு, ஆரிய சக்கரவர்த்தியின் கடல் எல்லையில் மெதுவாகக் கலக்கிறார்கள்.

கரையிலிருந்த சிப்பாய்கள் கப்பலைக் கண்டதும். சுதாரித்துக் கொண்டு விசாரணைக்கு ஆயத்தமானார்கள்.

"நீங்களெல்லாம் யார்?"

இப்னு பதூதா இந்த இடத்தில் மிகவும் சமயோசிதமாக நடந்து கொள்ளத் தீர்மானித்தார்.

"நான் இந்தியாவின் மஃபர் சுல்தானின் மச்சான். அவரது நெருங்கிய நண்பரும் கூட. இந்த நாட்டின் பாவாத மலையைப் பார்க்க வந்திருக்கிறேன். உங்களுக்காகக் கப்பல் நிறையப் பரிசுப் பொருட்களும் காத்திருக்கின்றன."

வீரர்கள் மன்னரிடம் அனுமதி பெற்று வந்ததும் கப்பலின் நங்கூரத்தை இழுத்து, பாய்களைக் கட்டுகிறார்கள் இப்னு பதூதாவின் தோழர்கள். தீவின் அழகில் மயங்கி ரசித்தபடி கரை மணலில் பாதணிகள் புதைத்து நடக்க ஆரம்பிக்கிறார்கள். 'புத்தளம்' என்ற அப்பிரதேசம், சுற்றிலும் மரங்களாலான சுவர்களைக் கொண்டிருந்தது. தரையில் ஆங்காங்கே வாசனை மிகுந்த கறுவா மலை போலக் குவிக்கப்பட்டு இருந்தது. வெவ்வேறு கப்பல்களில் வந்த மஃபர் சுல்தானின் சிப்பாய்கள், அவற்றிலிருந்து தமக்கு வேண்டியதை எடுத்துக்கொண்டார்கள். பதிலுக்கு, துணிகளையும் அதற்கு ஒப்பானவற்றையும் தந்து சென்றார்கள்.

இதற்கு முன்னரும் மஃபரில் மச்சானைச் சந்திக்கும் சமயங்களில் ஆரிய சக்கரவர்த்தி வந்து போனதைப் பார்த்தது ஞாபகம் வருகிறது.

மாளிகையை அடைந்ததும் இப்னு பதூதாவின் குழுவுக்கு நல்ல வரவேற்பு கிடைக்கிறது. ஆரிய சக்கரவர்த்தி, மிக நல்ல முறையில் எழுந்து நின்று உரையாடத் தொடங்கினார்.

அவர்கள் அங்கே அமர்ந்திருந்த போது, இலங்கையின் முத்து வயல்களின் விளைச்சலை கூடைகள் நிறையக் கொண்டு வந்து வைத்து, முத்துக்களைத் தரம் பிரித்துக் கொண்டிருந்தார்கள் சேவகர்கள். அந்த முத்துக்கள் வேறெந்த நாட்டிலும் இல்லாதளவு பெரிதாகவும் பளபளப்பானவையாகவும் இருந்தன. சக்கரவர்த்தி நன்றாகவே பாரசீக மொழியில் உரையாடினார்.

“பாவாத மலையைத் தரிசிக்கவேண்டுமென்றுதான் வந்தோம் சக்கரவர்த்தி அவர்களே!”

“தாராளமாகப் போகலாம். உங்களோடு ஒத்தாசைக்காகச் சில சேவகர்களையும் அனுப்பி வைக்கிறேன்.”

“ப்ராஹ்மின்கள் மூவரையும், தம்முடைய நண்பர்கள் பத்துப் பேரையும், பொதி சுமப்பவர்கள் சிலரையும் எங்களோடு அனுப்பி வைக்கிறார் சக்கரவர்த்தி. நாங்கள் பயணமான போது குடிநீருக்குப் பஞ்சமே இருக்கவில்லை. போகும் வழியில் ஒரு பகுதியில் ஒரேயொரு முஸ்லிம் நபரைச் சந்தித்தோம். அவர் சுகவீனம் காரணமாகவே அங்கு தங்கியிருந்தார். பின்னர் எங்களோடு சிலாபம் வரை வந்தார். வழியெல்லாம் காட்டு யானைகள் நிறைந்திருந்தன. ஆனால் அவை யாரையுமே தாக்காமல் சாதுவாக இருந்தன.”

இப்னு பதூதா தமது பயணக் குறிப்புகளை மிகச் சுவாரசியமாகவும் மிகைகள் இன்றியும் ‘அர்-ரிஹ்லா’ என்கிற நூலில் எழுதியிருக்கிறார்.

வழியில் ‘குணாகர்’ நகர ராஜதானியை அடைந்ததாகக் கூறுகிறார் இப்னு பதூதா. அப்போதைய முடிக்குரிய இலங்கை அரசனாக இருந்தவர் அந்நகரில் இருந்ததாகக் கூறுகிறார். ஆனால் அந்த அரசர் கம்பளை மன்னனா, அல்லது குருணாகல் மன்னனா என்பதில் வரலாற்றுத் துறையினருக்குக் குழப்பம் இருக்கிறது. ஏனெனில் 1341இல் கம்பளையில் ஆட்சியைத் தொடங்கியிருந்தார் நான்காம் புவனேகபாகு.

மன்னரை 'குண்வார்' என்ற பதம் மூலம் இப்னு பதூதா இனங்காட்டுவதாலும், அவர் கண்கள் குருடான நிலையில் இருந்தார் என்பதாலும், அவர் கம்பளையில் இருந்த அலகக்கோணர்களாகவும் இருக்கலாம். அல்லது குருணாகலையில் மீதமாயிருந்து தானே ராஜா என்று பறைசாற்றிக்கொண்டிருந்த சிற்றரசர்களாகவும் இருக்கலாம்.

குருணாகலையில் வத்ஹிமியின் மரணத்தின் பின் ஆட்சி செய்த நான்காம் பராக்கிரமபாகுவின் புத்திரர்கள் தமக்குள் சண்டையிட்டுக்கொண்டு இரண்டு ராஜதானிகளாகப் பிரிந்திருந்தனர். அதில் ஒருவன்தான் பிற்பாடு கம்பளைக்கு ஆட்சியை நகர்த்திய நான்காம் புவனேகபாகு.

கம்பளையில் இருந்த அலகக்கோணராகளோ, முஸ்லிமான வத்ஹிமியின் பரம்பரையில் வந்தவர்கள். மன்னருக்கு மிக நெருங்கிய ஆலோசகர்களாக இருந்தார்கள்.

இப்னு பதூதா காலி நகரை அடைந்த போது அங்கே கப்பற்தலைவனாக இருந்த நாகூதா இப்றாஹீம் என்பவர் அவரை வரவேற்று விருந்தளித்து உபசரித்தார். பின்னர் கொழும்பு போவதற்கு வழிகாட்டினார். கொழும்புத் துறையின் பாதுகாப்புக்காக ஐந்நூறு அபிசீனிய (எதியோபியா) வீரர்கள் வேலைக்கமர்த்தப்பட்டு இருந்தார்கள். அவர்களின் தொழில், வந்திறங்கும் வர்த்தகர்களைப் பாதுகாப்பது.

முஸ்லிம்கள் பள்ளிவாயல்களைக் கட்டி, சிறப்பாக வாழ்ந்து வந்ததாகக் கூறும் இப்னு பதூதா அதில் பெரும்பாலானவர்கள் மலபார் மற்றும் மஃபர் கரைகளைச் சேர்ந்த முஸ்லிம்கள் என்கிறார்.

இப்னு பதூதா தனது நூலில் இலங்கைப் பெண்களைப் பற்றிக் கூறியிருப்பவைதான் மலைப்பை ஏற்படுத்துகின்றன.

"பெண்கள் அனைவருமே கழுத்தில் மாணிக்கக் கற்களாலான மாலை அணிந்திருந்தனர். வளையல்கள், கால் கொலுசுகளிலும் மாணிக்கக் கற்கள் ஜொலித்தன. மன்னர்களின் அடிமைப் பெண்களோ தலையில் ஐந்து கற்களால் ஆன வலை போன்ற ஆபரணமொன்றைச் சூடியிருந்தனர்."

6. பத்தாயிரம் குதிரைகள் பரிசு

"கடலையடுத்துள்ள பேருவளைக்கு
களிப்புடன் வாருங்கள்!
அழகிய சோனக வனிதையரைப் பாருங்கள்
அங்காடிகள் தோறும்
பொன்னும் வெள்ளியும் மின்னும்,
பன்னிறக் கொடிகள்,
வீடுகளின் முன் ஆடும்"

இப்படித்தான் பேருவளை நகரை வர்ணிக்கிறது 'கிரா சந்தேசய' / 'கிளிவிடு தூது' எனும் நூலிலுள்ள ஒரு பாடல். கி.பி. பதினைந்தாம் நூற்றாண்டில் எழுதப்பட்ட சிங்களக் கவி நூல் அது.

பேருவளை இலங்கையின் தென்மேற்குக் கரையில் இருக்கும் ஒரு முஸ்லிம் ஊர். இதன் தெருக்களில் நடக்கையில் யார் மீதேனும் தவறுதலாக மோதினால் அவர் ஒரு மாணிக்க வியாபாரியாக இருப்பதற்கான வாய்ப்புகள் மிக அதிகம். இங்கிருக்கும் 'மஸ்ஜிதுல் அப்ரார்' இலங்கையின் முதல் பள்ளிவாயல் என்று புகழ்பெற்றது. கி.பி பத்தாம் நூற்றாண்டில் கட்டப்பட்டு பின் பலமுறை புனர் நிர்மாணம் செய்யப்பட்டது. 2003 இல் 'இலங்கையின் முதல் முஸ்லிம் பள்ளிவாயல்' என்பதாக

அரசாங்கத் தபால் திணைக்களம் முத்திரை வெளியிட்டு இருந்தது.

பத்தாம் நூற்றாண்டா? அதற்கு மிக முன்னதாகவே இலங்கையின் எத்தனையோ ஊர்களில் முஸ்லிம்கள் குடியேறி, பள்ளிவாயல்கள் பலவற்றைக் கட்டிவிட்டார்களே! அப்படியாயின் இந்தக் கதை தோன்றியதன் பின்னணி என்னவாக இருக்கும்? சரி இருந்து விட்டுப் போகட்டுமே என்று கடந்து போகக் கூடிய கதையா அது!

1833ஆம் ஆண்டு. 'பிரிட்டிஷ் சிலோன்'இல் துரிதமாக அரசியல் சீர்திருத்தம் நடைபெற்றுக்கொண்டிருந்தது. அரசியல் கட்டடங்களின் முன் பிரித்தானியக் கொடி பறந்து கொண்டிருந்தது. 'காட் சேவ் த கிங்' பாடலை தேசிய கீதமாக மானசீகமாக ஏற்றுப் பாடும் படித்த இலங்கையர் கூட்டம் ஒன்று உருவாகியிருந்தது. திரண்டு வந்த பாலின் மேல் தூவிய பாதாம் போல, நாட்டின் ஆட்சியினை ஒழுங்குபடுத்த சட்டவாக்க சபை என்ற ஒன்றை அறிமுகம் செய்தார்கள் ஆங்கிலேயர்கள். சுதேசிகளும் அதில் அங்கத்தவர்களாக இருந்தார்கள். சரி எந்த அடிப்படையில் அங்கத்துவர் தெரிவு நடந்திருக்கும்? இனம்! இன அடிப்படையில் பிரதிநிதிகள் கொண்ட சபையாக அது அமைந்தது. நல்லதுதான். முஸ்லிம்களுக்கு ஒரு ஆசனமாவது கிடைத்திருக்குமே? அதுதான் இல்லை.

ஒட்டுமொத்த தமிழர்கள் சார்பாக உத்தியோகபூர்வமற்ற முறையில் நியமிக்கப்பட்ட ஒரேயொரு நபரே முஸ்லிம் விவகாரங்களையும் கவனிக்க வேண்டும் என்பதாகக் கருதிவிட்டார்கள் ஆங்கில பிரபுக்கள். யாரும் எதிர்த்துக் கேட்க வில்லை. அப்படியே ஐம்பது வருடங்கள் கழிந்து விட்டன.

1880: சபையில் மாற்றங்களைக் கொண்டு வருவதற்கான சமிக்ஞைகள் தெரிய ஆரம்பித்தன. இப்போதும் வாயைப் பொத்திக்கொண்டிருந்தால் முடியுமா? அன்றைய முஸ்லிம் அரசியல்வாதிகள் பலரும் தனிப் பிரதிநிதித்துவம் கேட்கும் வேண்டுகோளைத் தயாரித்து சபையில் அதனை முன்வைத்தும் விட்டார்கள். ஆனால் அங்கே சபையில் தமிழர் பிரதிநிதியாக ஒருவர் அமர்ந்திருந்தாரே, அவருக்கு அந்த வேண்டுகோள்

சரியாகப்படவில்லை. அவர்தான் சேர். பொன்னம்பலம் இராமநாதன். அவரது கருத்துப்படி, இலங்கை முஸ்லிம்களும் திராவிடர்களே. இந்தியப் பூர்வீகம் கொண்ட அவர்கள் 'தமிழினத்தைச்' சேர்ந்தவர்கள். அதனால் அவர்களுக்கென்று தனிப் பிரதிநிதி தேவையே இல்லை. இது பற்றிய அவரது கருத்துகளை விலாவாரியாக எழுதி ஆங்கிலக் கட்டுரையாக பிரபல சர்வதேச சஞ்சிகையொன்றில் வெளியிட்டார். இதனால் முஸ்லிம் அரசியல்வாதிகள் தடுமாறிப் போய்விட்டார்கள். தமது அரேபியப் பாரம்பரியத்தை நிரூபிக்கும்படியான எந்த ஆவணமும் இதுவரை தொகுக்கப்படவில்லை என்பதை உணர்ந்தார்கள். அறிஞர் ஐ.எல்.எம். அப்துல் அஸீஸ் உடனடியாகக் களத்தில் இறங்கித் தன்னால் முடிந்தளவு ஆவணங்களைத் திரட்டத் தொடங்கினார்.

'இராமநாதன் இலங்கைச் சோனகர்களின் இனத்துவம் பற்றிய கருத்துக்கான ஓர் விமர்சனம்' என்ற தலைப்பில் ஆங்கிலப் பதில் கட்டுரையை வெளியிடுகிறார்.

"எனது இனத்தின் வணிகம், சம்பிரதாயங்கள், பாரம்பரியங்கள் அனைத்தையும் உள்ளடக்கிய ஒரு விரிவான வரலாற்றை எழுதும் பணியை எதிர்காலத்துக்கு விட்டுவிட்டு இப்போதைக்கு இந்த விமர்சனத்தை எழுதுவதோடு நான் போதுமாக்கிக் கொள்ளத் தீர்மானிக்கின்றேன்."

என்று தமது கட்டுரையில் முஸ்லிம்களின் அரபுப் பாரம்பரியத்தை நிறுவுகிறார். இலங்கை முஸ்லிம்களின் வரலாறு ஆரம்பத்திலிருந்தே தொகுக்கப்பட்டு எழுதப்பட வேண்டும் என்று சோனக சமூகம் உணர்ந்துகொண்ட மிக முக்கியக் கட்டம் அது. சரி, அவரது கட்டுரையின் 'திராவிடப் பாரம்பரியம்' என்ற வாதத்தின் அடிப்படை என்ன? தடாலடியாக ஏன் அப்படியொரு கருத்தினை முன்வைத்தார் இராமநாதன்? சற்று அலசிப் பார்ப்போம்.

இலங்கையைப் போலவே இந்தியாவிலும் இஸ்லாம் ஆரம்ப காலத்திலேயே அறிமுகமாகிவிட்டது. ஏழாம் நூற்றாண்டில் முஹம்மத் நபியவர்களின் வருகையோடு இந்தியாவில் குடியேறி இருந்த அரபிகள் இஸ்லாத்தினை ஏற்றுக்கொண்டார்கள். சுதேச இந்திய மன்னரொருவர் அதன் தூதை ஏற்றுக்கொண்ட கதையும்

உள்ளது. நபியவர்களின் நெருங்கிய தோழர்களாகக் கருதப்படும் 'சஹாபாக்கள்' இருவரின் அடக்கஸ்தலங்கள் இரண்டு, இந்திய அகழ்வாய்வுகளில் கண்டெடுக்கப்பட்டுள்ளன.

'தமீம் அல் அன்ஸாரியின்' சமாதி கோவளத்திலும், 'உக்காசா' அவர்களின் சமாதி பறங்கிப் பேட்டையிலும் இருக்கின்றன.

கிறிஸ்துவுக்கு முற்பட்ட காலத்திலிருந்தே இந்தியாவின் மலபார் மற்றும் சோழமண்டலக் கரைவழியாக அரேபியர்கள் பயணித்தும் கொடுக்கல் வாங்கல்களில் ஈடுபட்டும் தங்கியும் இருக்கின்றனர். கி.பி ஐந்தாம் நூற்றாண்டில் சூரத், மங்களூர், கள்ளிக் கோட்டை, கொல்லம் நகர்களிலும் மலபாரின் ஏனைய துறைமுக நகர்களிலும் தமது வர்த்தகத்தை நிலைப்படுத்திக் கொண்டனர்.

காயல்பட்டினம் என்ற நகரம் மிக முக்கியத்துவம் வாய்ந்தது. கி.பி. ஒன்பதாம் நூற்றாண்டில் 224 பேர் கொண்ட முஸ்லிம்களின் குழுவொன்று அப்போதைய சில அரேபிய ஆட்சியாளர்களின் கொடுமைக்கு அஞ்சி காயல்பட்டினத்தில் குடியேறினார்கள். இந்திய ஆட்சியாளர்கள் முஸ்லிம் வணிகர்களோடு நல்ல தொடர்பில் இருந்தனர். அத்தோடு வந்து குடியேறிய முஸ்லிம்களுக்கு எந்தப் பாகுபாடும் காட்டாதிருந்தனர். காயல்பட்டினத்தில் சுதந்திரமான ஒரு குடியேற்றம் தோன்றுகிறது. அது பெரிதாகி வருடாந்தம் பாண்டிய மன்னர்களுக்கு பத்தாயிரம் குதிரைகள் பரிசாக அனுப்பும் அளவுக்குப் பலமானதாக மாறுகிறது.

கிபி. 1024இல் காயல்பட்டின முஸ்லிம்கள் சிலர் இலங்கையின் பேருவளையில் வந்து குடியேறினார்கள். அவர்களின் வழித்தோன்றல்களே புகழ்மிக்க கெச்சிமலைப் பள்ளிவாயலைக் கட்டினார்கள் என்று 'புரோஹியர்' குறிப்பிடுகிறார். புரோஹியர் ஆங்கிலேயர் காலத்தில் வாழ்ந்த ஓர் அரச அதிகாரி. இலங்கையில் மக்கள் தொகை மதிப்பீட்டாளராகப் பணியாற்றினார். அவர் வெளியிட்ட நூல் '1946-தொகை மதிப்பீடு'. அதன் குறிப்புகள் பேருவளை - காயல்பட்டின உறவுகளை நன்கு எடுத்துக்காட்டுகின்றன. கெச்சிமலைப் பள்ளிவாயலானது பேருவளைக் கடற்கரையின் ரம்மியமான

பகுதியொன்றில் தென்மேற்குப் பருவக்காற்றின் தாக்குதலுக்கு அகப்படாத நிலத்தின் ஒரு மூலையில் அமைந்துள்ளது.

பொன். இராமநாதன் தனது கட்டுரையில் குறிப்பிடும் முதல் முஸ்லிம் இந்தியக் குடியேற்றம் இந்தக் காயல்பட்டின வருகையைத்தான் குறிப்பிடுகிறதோ என்றால் அதுவும் கிடையாது! அவர் அதையெல்லாம் விட்டுவிட்டு நேரே கி.பி. 1350ஆம் ஆண்டுக்குப் போகிறார். அந்த வருடம் காயல்பட்டினத்தைச் சேர்ந்த முஸ்லிம் வர்த்தகக் குழுவொன்று பேருவளைக்கு வந்து நிரந்தரமாகக் குடியேறிய சம்பவத்தைச் சொல்கிறார்! தமிழ் பேசிய அவர்கள் அங்கிருந்த சுதேசப் பெண்களை மணந்த அரபிகளின் வழித்தோன்றல்களாகவும், தோற்றத்தில் தென்னாசியர்களைப் பெரிதும் ஒத்தவர்களாகவும் இருந்தனர். அதற்கு முன்னர் இலங்கையில் நிகழ்ந்த இஸ்லாமியக் குடியேற்றங்கள் யாவும் நிரந்தரமற்றவை என்பதாகக் குறிப்பிடுகிறார் பொன். இராமநாதன்.

குருணாகலைக் காலத்து இரண்டாம் புவனேகபாகுவின் இரண்டாம் மனைவி பேருவளையைச் சேர்ந்த முஸ்லிம் பெண் என்பது நாம் அறிந்ததே. கி.பி. பதின்மூன்றாம் நூற்றாண்டுக்குரிய நிகழ்வு அது. அந்த ஊரில் மிகுந்த அந்தஸ்தோடு வாழ்ந்த முஸ்லிம் பிரதானி ஒருவரது மகளான மெதகெடிய குமாரியையே மன்னர் மணந்து கொண்டார்.

அதற்கு முன்னர் கூட பேருவளையில் அரபுக் குடியேற்றங்கள் இருந்தமைக்கான ஆதாரங்கள் உண்டு. பத்தாம் நூற்றாண்டில் சோழப் படையெடுப்புக்கு முன்னர் ஆட்சி செய்த ஐந்தாம் மகிந்த மன்னன் காலத்து செம்பொட்டுப் பாத்திரம் ஒன்று அகழ்வாய்வொன்றில் கண்டெடுக்கப்பட்டுள்ளது. அந்தப் பாத்திரம் ஐந்தாம் மகிந்த மன்னன் பேருவளை 'கொரகாதுவ' கிராமத்தைச் சேர்ந்த பெரிய முதலி மரிக்கார் என்கிற முஸ்லிம் வணிகருக்கு வழங்கிய கௌரவப் பொருளாகும். இந்தியாவின் சாலியப் பட்டணத்திலிருந்து, தேர்ந்த நெசவாளர்களை அழைத்து வந்து நாட்டின் முன்னேற்றத்தில் பங்கெடுத்தமைக்கான கௌரவமாக அதனைக் கொடுத்திருந்தார். அந்தப் பாத்திரத்தில் இங்கு வந்த நெசவாளர்களின் பெயர்கள் பொறிக்கப்பட்டிருந்தன.

வள்ளியம், அலைமுனி, வள்ளியம்மை, வளிஸலமன், வெடியரசன், பரமுத்து, மல்லியன் என்ற எழுவரின் பெயர்கள்!

கூடவே பெரிய முதலி மரிக்காரின் குடும்பத்துக்கு அரசுத் தரப்பு வழங்கிய சலுகைகளும் அதில் பொறிக்கப்பட்டுள்ளன.

அவர்களின் பிள்ளைகள் பேரப்பிள்ளைகள் உட்பட யாரும் ராஜகாரியங்களில் ஈடுபடத் தேவையில்லை (அதாவது, பல்லாக்குத் தூக்குதல் போன்ற பணிகளில்). அவர்கள் விரும்பியபடி கப்பல் சரக்கு வியாபாரத்தில் ஈடுபடலாம். தமக்குத் தேவையான பள்ளிவாயல்களைக் கட்டிக்கொள்ளலாம்!

எத்தனை பெரிய கௌரவம் இது! இப்படியாக பேருவளையைப் பற்றிய எத்தனையோ வரலாற்றுக் குறிப்புகள், அதன் ஆரம்ப கால முஸ்லிம்களைப் பற்றிச் சொல்கின்றன.

ஆனால் இப்னு பதூதா இலங்கையை அடைந்தபோது, தனது குறிப்புக்களில் பேருவளை பற்றி எதுவும் உள்ளடக்கவில்லை. அவரது வழிகாட்டியாகப் போன நாகூதா இப்ராஹீம் வேண்டுமென்றே அப்பிரதேசத்தைத் தவிர்த்திருக்கலாம் என்பதாக வரலாற்றாசிரியர்கள் ஐயப்படுகின்றனர். ஏனெனில் அக்காலத்தில் பேருவளையை முஸ்லிம் கொடுங்கோலன் ஒருவன் ஆட்சி செய்து வந்ததாக இன்னுமொரு நாடுகாண் பயணியான ஜோன் டீ மறிக்னொல்லியின் பயணக் குறிப்புகள் கூறுகின்றன.

கிரா சந்தேசய எழுதப்பட்ட பதினைந்தாம் நூற்றாண்டில் பேருவளை வணிகத்தில் உச்சநிலையில் இருந்தது. அன்றைய வியாபார மத்திய நிலையமாகவும் சர்வதேச மாணிக்க சந்தையாகவும் பரிணாமம் பெற்று இருந்தது.

மஸ்ஜிதுல் அப்ரார் எனும் பேருவளைப் பள்ளிவாயல் தற்போது எஞ்சியிருக்கும் மிகப் புராதன பள்ளிவாயலாக வேண்டுமானால் இருக்கலாம். ஆனால் ஆவணங்களிள் இலங்கையின் முதல் முஸ்லிம் குடியேற்றமாகவும், பள்ளிவாயலாகவும் பதியப்படுவது மிக ஆபத்தானது.

இப்னு பதூதா, ஆரிய சக்கரவர்த்தி வழித்துணைக்காக அனுப்பிய உதவியாளர்களுடன் சிவனொளிபாத மலை

தரிசனத்துக்குப் போகும் வழியில் கம்பளை ராஜதானியின் 'குன்வார்'ஐ சந்தித்தார் இல்லையா? அந்த நேரம் கம்பளை ராஜதானியில் இரண்டு பகுதிகள் இருந்தன.

அண்ணனும் தம்பியுமாகிய, நான்காம் புவனேகபாகுவும், ஐந்தாம் பராக்கிரமபாகுவும் கம்பளையையும், தெடிகம பிரதேசத்தையும் ஆண்டு வந்தார்கள். அவர்களது அரசவையில் மிக பலம் வாய்ந்தவர்களாக இரண்டு பிரமுகர்கள் இருந்தார்கள். உண்மையைச் சொல்வதானால், அரசனை விடப் பலம் வாய்ந்த முதலமைச்சர்கள். புவனேகபாகுவின் கீழ் 'நிஸ்ஸங்க்க அலஹகோணரும்', பராக்கிரமபாகுவின் கீழ் சேனாலங்காதிகார வும் நல்ல செல்வச் செழிப்போடு இருந்தார்கள். அவர்கள் மன்னர்களோடு எந்தளவு நெருக்கமானவர்கள் என்றால் தனது தங்கைக்கு சேனாலங்காதிகாரவை மணம் முடித்துக் கொடுக்கிறார் பராக்கிரமபாகு.

இவர்களின் ஆட்சிக் காலம் எப்போதுமில்லாதவாறு அந்நிய சக்திகளை எதிர்கொண்டது. வடக்கிலிருந்து ஆரிய சக்கரவர்த்தி, தொட்டதுக்கெல்லாம் படையோடு வந்து நின்றார். முஸ்லிம் வீரர்கள் கொழும்பிலும் கோட்டைப் பகுதியிலும் மன்னனோடு சேர்ந்து படைகளை எதிர்கொண்டார்கள்.

இந்தப் பிரச்சினையைச் சமாளிக்க, நிஸ்ஸங்க்க அளகக்கோணர், கோட்டைப் பகுதியில் ஒரு அரண் கட்ட ஆரம்பிக்கிறான். கடல் வழியாக வரும் வடக்குப் படைகளைத் துரத்தியடிப்பதற்கு வசதியாக இருக்குமென்று கருதியிருப்பான் போலும். நிஸ்ஸங்க்க அளகக்கோணரை புவனேகபாகு கோட்டைக்குப் பக்கத்திலிருந்த ரய்கம பகுதிக்கும் பொறுப்பாகவும் நியமித்திருந்தார்.

சேனாலங்காதிகார, பராக்கிரமபாகுவின் தங்கையை மணந்து, இருவரும் பெற்ற பிள்ளையே கம்பளையின் அடுத்த ஆட்சியாளரெனத் தீர்மானமாகியது. எப்போதுமில்லாத நடைமுறை இது. தங்கை மகன் அரசனாவது! பையனின் பெயர் விக்ரமபாகு. முடியேற்ற பின் கம்பளையைத் தன் கலைக் கைகளால் செதுக்குகிறார் விக்கிரமபாகு. கம்பளையின் அரும் பெரும் அடையாளமான, மர வேலைப்பாடுகளுடன் கூடிய 'எம்பக்க' தேவாலயத்தைக் கட்டமைக்கிறார்.

ஆரிய சக்கரவர்த்திக்கு அடுத்ததாக, கம்பளையினர் சந்தித்த படையெடுப்பு, சீனாவின் 'செங் ஹோ' வடிவில் வந்தது. செங் ஹோ என்கிற கடற்பயணி, காணிக்கைகள் பலவற்றுடன் இலங்கையின் தெற்குக் கரையை அடைந்தபோது, மன்னர் ஒழுங்கான முறையில் சங்கை செய்யவில்லை என்பது அவனது குற்றச்சாட்டாக இருந்தது. **1410**இல் தனது நாட்டுப் படைகளுடன் வந்து அப்போது ஆட்சிபுரிந்து வந்த வீர அலகேஸ்வரனைக் கைது செய்து செல்கிறார்.

அவருக்குப் பின் முடிசூடிய 'பராக்கிரமபாகு எபா' மன்னனே, கம்பளை ராஜதானியின் கடைசி மன்னன். நிஸ்ஸங்க்க அளகக்கோணர் கட்டிய கோட்டைக்கு ராஜதானியைப் பெயர்த்துச் சென்றார்கள் அடுத்து வந்த மன்னர்கள். அந்தப் பாதுகாப்பான கோட்டை, இன்னும் சொற்ப வருடங்களில் வெளிநாட்டு சக்திகளின் கையில் நிரந்தரமாக விழப்போவதை, அன்று யாருமே கணித்திருக்க வாய்ப்பில்லை.

7. தன்னம்பிக்கையா புயலா

“மாட்டுக் கொட்டகை அளவுக்கு ஒரு கோட்டை கட்டிக் கொள்ளட்டுமா மன்னா?” இப்படித்தான் ஆரம்பித்தது அந்தக் கதை.

“கோட்டையா? மாட்டுக் கொட்டகை அளவிலா?”

இரண்டு பெரிய மாடுகளைக் கட்டினாலும் அதிகபட்சம் எத்தனை சதுர கிலோ மீற்றர் வந்துவிடப் போகிறது. ‘சரி, கட்டிக்கொள்ளவும்.’

போர்த்துக்கல் நாட்டிலிருந்து இலங்கை வந்திருந்த கப்பலின் அதிபதி விடுத்த சாதாரண வேண்டுகோளுக்கு அனுமதி வழங்குகிறார் இலங்கை மன்னன் ஆறாம் விஜயபாகு. வருடம் கி.பி. 1518. கட்டுமானப் பணிகள் ஆரம்பமாகின. இலங்கையில் அப்போதைய ராஜதானி கொழும்புக்குப் பக்கத்தில் கோட்டையில் இருந்தது. யார் இந்தப் போர்த்துக்கேயர்? இலங்கையில் அவர்களுக்கென்ன வேலை?

போர்த்துக்கல் ஐரோப்பாவில் ‘லிஸ்பன்’ நகரைத் தலைநகராகக் கொண்ட நாடு. அந்தக் காலத்தில் அங்கே விவசாயம் கிடையாது. சொந்தமாகத் தொழிற்துறை உற்பத்தி, ஏற்றுமதி என்று அப்போதைக்கு எதுவும் இருக்கவில்லை. இயற்கை

மூலவளங்கள் பெரிதாக இல்லாத நாடு. ஆனால் அவர்கள் ஒன்றில் மட்டும் தேர்ந்தவர்களாக இருந்தார்கள். கடல் சார்ந்த தொழில். மீன்பிடி, கப்பலோட்டுதல் போன்றவற்றில் உயர் தேர்ச்சி பெற்று இருந்தார்கள்.

அரபுகள், மரக்கலங்களில் கீழைத்தேய நாடுகள் வழியே பயணமாகி, வணிகம் மூலமாகக் கொண்டு வந்த பலசரக்கு வாசனைத் திரவியங்களைப் பதுங்கியிருந்து கொள்ளையடிப்பதுதான் அவர்களது பிரதான தொழில். அரபுகளின் கப்பல்களை விட மிகச் சிறப்பான 'காரவல்' கப்பல்கள் அவர்களின் கைவசம் இருந்தன. மரக்கலங்களைப் போலன்றி அவை எடை குறைந்தவையாகவும் அதே சமயம் மிக உறுதியானவையாகவும் இருந்தன. கிறிஸ்தோபர் கொலம்பஸ் 1492இல் நாடுகாண் பயணத்தில் பயன்படுத்திய அதே காரவல்தான்! அத்தனை ஆண்டுகளில் கடற்பயணம் போவதற்கான பல தொழில்நுட்பங்களைக் கண்டுபிடித்து வைத்திருந்தார்கள் போர்த்துக்கேயர்கள். ஊசி மூலம் திசைகாட்டும் திசையறிகருவி, பருவக்காற்றுகளின் நேர அட்டவணைகள், காலத் துப்பாக்கிகள்... இப்படிப் பல புதுமைகள்.

இந்தியா, ஜாவா போன்ற நாடுகளுக்குப் பயணம் போக வேண்டும், அவர்களின் பண்டங்களை அள்ளிக்கொண்டு வரவேண்டும் என்பது அவர்களின் நீண்ட நாள் ஆசை. ஆனால் அந்த மொத்த ஏரியாவும் முஸ்லிம்களின் கையில் இருந்தது. கி.பி.1288இல் துருக்கியில் செல்ஜூக்கியர்களை வீழ்த்தி ஆரம்பித்த ஒட்டோமன் சாம்ராஜ்யம் ஐரோப்பா வரை கிளை பரப்பி கண்டம் விட்டுக் கண்டம் தாண்டி வளர்ந்திருந்தது.

ஐரோப்பியக் கிறிஸ்தவர்களோ, கீழைத்தேய நாடுகளின் பல சரக்குப் பொருட்களை மிக விரும்பினார்கள். குளிரூட்டி கண்டுபிடிக்கப்படாத அந்தக் காலத்தில் இறைச்சி வகைகளைப் பதப்படுத்திச் சமைப்பதற்கும் நீண்ட நாள் கெடாமல் பாதுகாப்பதற்கும் ஏலம், கறுவா, கராம்பு, மிளகு, சாதிக்காய் போன்ற கீழைத்தேய வாசனைத் திரவியங்கள் மிக அத்தியாவசியமாக இருந்தன. ஆனால் முழுக்க அரேபியர்

வசமிருந்த வணிகமாயிற்றே அது. போதாக்குறைக்கு 1453இல் 'முஹம்மத் அல் பாதிஹ்' என்பவர் இஸ்தான்புல் நகரைக் கைப்பற்றி இன்னும் கஷ்டத்தை ஏற்படுத்தி இருந்தார். ஒட்டோமன்களின் இந்தச் செயலால் ஐரோப்பியர்களின் கொஞ்ச நஞ்ச வெளிநாட்டு வர்த்தக வாயிலும் மூடப்பட்டு விட்டது.

போர்த்துக்கல் நாட்டின் 'பர்தோலமு டயஸ்' என்ற இளைஞனுக்கு இது ஒன்றிலுமே உடன்பாடில்லை. "அது என்ன, எம்மால் அங்கு பயணம் போக முடியாதா? வணிகம் பண்ண முடியாதா? புறப்படுங்கள்... வருவதைப் பார்ப்போம்..."

என்று ஐரோப்பாவிலிருந்து தனது நீண்ட பயணத்தை ஆரம்பிக்கிறார். வருடம் கி.பி. 1488. ஆப்பிரிக்கக் கண்டத்தைச் சுற்றி கப்பலில் வெகு தூரம் பயணிக்கிறார்கள். எத்தனை கடினமான பயணம் அது! பல இரவுகள் பல பகல்களை விழுங்க அவர்களின் உறுதியான கப்பல் ஏதோ ஊகத்தில் ஆடி அசைந்து சென்றுகொண்டே இருந்தது. எப்படியும் கீழைத்தேய நாடுகளைத் தொட்டே தீர வேண்டும்.

ஒரு நாள் திடீரெனக் கடுமையான காற்று வீசுகிறது. ஆளுயர அலைகளை எழுப்பும் கோரப் புயல் அடிக்கிறது. கடலின் மேற்பரப்பு விண்ணை நோக்கித் தாவுகிறது. அந்த இடத்தில் கப்பலை நிறுத்தாவிட்டால் மொத்தமாக மூழ்கிவிட வேண்டியதுதான். மாலுமி, ஓர் ஓரமாகக் கப்பலை நிறுத்துகிறார். "புயல் ஓயும் வரை இங்கேயே இருப்போம். எப்படியும் இந்த முறை இந்தியாவை அடைந்தே தீர வேண்டும்."

போர்த்துக்கலின் மன்னன் இரண்டாம் ஜோன், இந்த இளைஞர்களின் யாத்திரைக்குப் பூரண அனுசரணை வழங்கியிருந்தார். அவரிடம் போய் நல்ல பதில் சொல்ல வேண்டும் என்பதே அவர்களின் அப்போதைய தேவையாக இருந்தது. ம்ஹூம். புயல் ஓய்வதாகத் தெரியவில்லை. மூன்று வாரங்கள் அந்த இடத்தில் காத்திருந்தாயிற்று. கொண்டு வந்த பட்சணங்கள் எல்லாம் தீர்ந்துவிட்டன. நெஞ்செல்லாம் கவலை அடைக்க, கப்பலைத் திருப்பிக்கொண்டு சொந்த நாட்டிற்குப் பயணமாகிறார்கள். மன்னனிடம் தங்களது துரதிர்ஷ்டத்தைச் சொல்லி வேதனைப்படுகிறார்கள்.

“நாங்கள் தங்கியிருந்த அந்தப் புள்ளிக்கு, ‘புயல் முனை’ என்று பெயர் வைத்திருக்கிறோம் மன்னா!”

ஆனால் இரண்டாம் ஜோன் மன்னன், அப்படி நினைக்கவில்லை. அந்த முனையை, ‘தன்னம்பிக்கை முனை’ என்று பெயரிடுகிறார்.

“எமது அடுத்த பயணத்தில் என்னவெல்லாம் ஆபத்து வரலாம் என்பதை நாம் முன்கூட்டியே உணர்ந்துகொண்டு அதன்படி செயல்பட வேணும். தயாராகுங்கள் வீரர்களே” என்று பரிசுப் பொருட்கள் பலவற்றையும் வழங்கி நம்பிக்கையூட்டுகிறார்.

இது நிகழ்ந்து சுமார் பத்து வருடங்கள் கழித்து, ‘வாஸ்கோடகாமா’ என்ற இளைஞர் தலைமையிலான குழு மீண்டும் அதே பாதையில் பயணத்தை ஆரம்பிக்கிறது. தன்னம்பிக்கை முனை வரை மிகத் தெளிவாக இருக்கிறது பாதை. அதற்கப்பால் இனித் தேடி அறிய வேண்டும். கப்பல் மடகஸ்காரையும் தாண்டுகிறது. அடுத்து இந்து சமுத்திரம்! இந்து சமுத்திரத்தின் எல்லைக்குள் வெற்றிகரமாக நுழைகிறார் வாஸ்கோட காமா. தென்னிந்தியாவின் கோவா கடற்கரையில் கப்பலை நங்கூரமிட்டுவிட்டு, தமது பரிவாரத்தோடு தரையிறங்கி நடக்கிறார் வாஸ்கோடகாமா. அந்தப் பகுதிக்குரிய மன்னரைச் சந்தித்து, தாம் வந்த நோக்கத்தினைப் புரியவைக்கிறார்.

“எங்களது கத்தோலிக்க சமயத்தவர்களை சந்திக்கவும் இங்கிருக்கும் பல சரக்குப் பொருட்களை வாங்கிச் செல்லவுமே வந்திருக்கிறோம்.”

அவர்களுக்கு அனுமதி கிடைக்கிறது. அன்று முதல் கோவாவை மத்திய நிலையமாக வைத்து அடிக்கடி வந்து போய்க் கொண்டிருந்தார்கள். கப்பல்கள் வந்து நங்கூரமிடுவதும் மாலுமிகள் உள்நாட்டுக்கு வருவதும் சாதாரணமான சமாச்சாரங்கள் ஆயின. வந்து போவது சரிதான். ஆனால் நோக்கம் என்ன? இவர்கள் நேர்மையாக ஏற்றுமதி இறக்குமதி வியாபாரம்தான் செய்கிறார்களா?

அதுதான் இல்லை. முஸ்லிம்கள் வணிகம் செய்து எடுத்துப் போன கப்பல்களைக் கொள்ளையடிப்பதே போர்த்துக்கேயரின் பிரதான காரியமாகியது. அவர்கள் சீனா, ஜாவா, இலங்கை போன்ற நாடுகளிலிருந்து வாங்கிச் சென்ற பொருட்களைப்

பதுங்கியிருந்து தாக்கித் தம்வசப்படுத்திக்கொண்டார்கள். பின்னர் ஐரோப்பா சென்று அவற்றை விற்பனை செய்தார்கள். கடற்கொள்ளைகள் இந்து சமுத்திரத்தில் மலிந்துபோயின.

இப்படியே காலங்கள் காற்றாகக் கரைந்து தீர்ந்தன. கி.பி. 1505இல், ஒரு நாள், 'லோரான்ஸோ டீ அல்மேதா' தலைமையில் புத்தம் புதுக் கடற்கொள்ளை திட்டமிடப்படுகிறது. முஸ்லிம் கப்பலொன்று, நிறைத்த சுமையோடு புறப்பட்ட செய்தி வந்து சேர்ந்திருந்தது.

"அவர்களை எப்படியாவது மடக்குகிறோம். பருத்த லாபத்தோடு நாட்டுக்குப் போகிறோம்."

இந்த முறை கொள்ளை அவ்வளவு இலகுவாக அமையவில்லை. கப்பல்கள் உறுதியாக இல்லாவிட்டாலும், முஸ்லிம்களுக்கு இந்து சமுத்திரத்தில் பல வருட அனுபவம் இருக்கிறது. சுற்றிச் சுற்றிக் கடலில் கண்கட்டு வித்தை நடக்கிறது. லோரான்ஸோவின் கப்பலும் விடாமல் துரத்துகிறது. அதனை ஏமாற்றிய முஸ்லிம் கப்பல் திடீரென, சுழியொன்றின் எதிர்ப்பக்கம் திரும்பிக் கண் காணாத தூரம் போய்விடுகிறது. போர்த்துக்கேயக் கப்பலோ, சுழியில் சிக்கி, காற்றின் திசையில் அடித்துச் செல்லப்பட்டு, இறுதியில் ஏதோ ஒரு தீவில் கரையொதுங்குகிறது.

தாம் தரையிறங்கியிருப்பது, 'சிலோன்' நாட்டின் தெற்குக் கரையில் என்பதை வெகு சீக்கிரமே தெரிந்துகொள்கிறார்கள் கப்பல்வாசிகள். மகிழ்ச்சி பொங்குகிறது. ஐரோப்பாவில் சிலோன் சரக்குகளுக்கு இருந்த கேள்வி அவர்களுக்கு நன்றாகவே தெரிந்திருந்தது.

இந்த நாட்டின் மன்னனோடு உரையாடலை ஆரம்பிக்க வாய்ப்புக் கிடைத்தால்! அப்படியே கறுவா, ஏலம் என்று ஏதோ ஒரு பொருளையாவது ஏற்றிச் செல்ல வாய்ப்புக் கிடைத்தால்! பேரதிர்ஷ்டமே!

ஆனால் மன்னர் யாரும் அந்தப் பகுதியில் இருப்பதற்கான அடையாளங்கள் தெரியவில்லை. கப்பலை மேற்குக் கரை வழியே செலுத்துகிறார்கள். மெதுவான அந்தப் பயணம், அவர்களைக் கொழும்புத் துறையில் வந்து சேர்க்கிறது.

கொழும்புவாசிகள் புதிய கப்பலைக் கண்டு கொஞ்சம் திகிலடைகிறார்கள். வழமையான சீன அரேபிய மரக்கலங்களைப் போலத் தெரியவில்லை. கப்பலின் தோற்றமே ஒரு மாதிரி இருக்கிறது. துறைமுகத்திலிருந்த முஸ்லிம்களும் சிங்களவர்களும் ஒன்றுதிரண்டு விடுகிறார்கள்.

“யாரிந்த மனிதர்கள்?”

“அவர்களின் வாயிலிருந்து புகை வருகிறதே.”

“ரத்தம் குடிக்கிறார்கள், அதோ பாருங்கள்.”

புதுவித மேலங்கி அணிந்து, புகைபிடித்துக் கொண்டும்,சிவப்பு மது போத்தல்களை நிரப்பிக் குடித்துக்கொண்டும் தரையிறங்கிய போர்த்துக்கேயரைப் பார்த்து, இலங்கை மக்கள் குசுகுசுக்கத் தொடங்கினார்கள். செய்தி கோட்டை மன்னரான எட்டாம் பராக்கிரமபாகுவிடம் பறக்கிறது.

மன்னர் கோட்டையில் இருப்பதை அறிந்த போர்த்துக்கேயர்கள், தங்களையும் அவரிடம் அழைத்துப் போகுமாறு கேட்டுக் கொள்கிறார்கள். கோட்டையோ, கொழும்புக்கு மிகப் பக்கத்தில் வெறும் ஆறு மைல் தொலைவில் இருக்கிறது. கேட்டவுடன் அழைத்துப் போக அது என்ன மீன் சந்தையா?

இலங்கை மன்னர்கள் பல நூற்றாண்டுகளாக, கரையோரத்திலிருந்து மிகத் தொலைவில், மலைக் காடுகளின் பக்கமே தமது மாளிகைகளை அமைத்திருந்தார்கள். ஆனால் கோட்டை இருந்த இடம் கொஞ்சம் ஆபத்தானது. போர்த்துக்கேயரை அழைத்துப்போவதற்கு நெடுந்தூரப் பாதையொன்றைத் தேர்ந்தெடுக்க வேண்டும் என்று தீர்மானிக்கிறார், மன்னரின் முஸ்லிம் உதவியாளர்.

போர்த்துக்கேயர் பின்தொடர, சோனக வழிகாட்டி நடையைக் கட்டுகிறார். ஒரே மணித்தியாலத்தில் முடிந்திருக்க வேண்டிய பயணம், மூன்று நாட்கள் எடுக்கிறது. கோட்டை வெகுதூரத்தில் இருப்பதாகக் காட்டுவதே அந்த உதவியாளரின் நோக்கமாக இருந்தது.

மாளிகையை அடைந்ததும், போர்த்துக்கேயர்களுக்கு நன்றாகவே புரிந்துவிடுகிறது.

“அநியாயத்துக்கு எங்களை அலைக்கழித்திருக்கிறார்கள் பாவிகள்!”

கையிலிருந்த திசைகாட்டியும், காலத் துப்பாக்கிகளின் சத்தமும், தாம் வந்து சேர்ந்த கொழும்புத்துறைக்கும் அரசனது மாளிகைக்கும் நடுவில் வெகுசொற்ப தூரமே இருப்பதனைக் காட்டிக் கொடுத்துவிட்டன.

‘பறங்கியர் கோட்டைக்குப் போனது போல’ என்ற பிரபல சிங்கள உவமானத்தின் தோற்றுவாய் இந்தச் சம்பவம்தான்.

மனதுக்குள் வந்த அவமானத்தை வெளிப்படுத்தாது, எட்டாம் பராக்கிரமபாகுவுடன் சுமுகமாக உரையாடுகிறார்கள்.

8. குடும்பத் தகராறு

"கொழும்பில் எமக்கொரு களஞ்சியம் அமைத்துக் கொள்ள ஆசைப்படுகிறோம் மன்னா!" மிகவும் வினயமாகக் கேட்கிறார்கள் போர்த்துக்கேயர்கள். கண் காணா நகரமொன்றில் திடுதிப்பென்று வந்திறங்கி, வீடு கட்டவும், கூரை போடவும் அனுமதி கேட்க முடியுமா என்ன? அதனால் தமது கடல் சார்ந்த அனுபவங்களையும், கப்பல்களின் தொழில்நுட்பத்தையும், கடற்பலத்தையும் பற்றி எடுத்துச் சொல்கிறார்கள். இலங்கையின் கரையோரங்களைப் பாதுகாக்கும் பணியை தமக்கு வழங்கினால் எப்படியெல்லாம் சிறப்பாகச் செய்யலாம் என விளக்குகிறார்கள். மன்னர் கொஞ்சம் அசந்துதான் போனார்.

இறுதியில் கொழும்பின் கரையோரத்தைத் தம் புது உத்திகளால் பாதுகாப்பதாக உறுதியளித்து, அதற்குப் பகரமாக எண்பதே எண்பது தொன் கறுவாவைக் கேட்கிறார்கள். மன்னர் ஒத்துக்கொண்டதால் அவற்றைச் சேகரித்துக்கொள்வதற்காக, கொழும்பில் சின்னதாகக் களஞ்சியம் அமைக்கவும் அனுமதி கிடைக்கிறது.

கொழும்புத் துறைமுகத்தின் தென்மேற்கு அலைமுட்டிச் சுவர்ப்புறமாக, கறுவாவை சேமிக்கும் களஞ்சியத்தை அமைக்கிறார்கள். தளபதி லாரன்ஸ் தன் படையினர்

சிலரை அங்கு தங்கவைத்து விட்டு, போர்த்துக்கல் நோக்கிப் புறப்படுகிறார். அங்கிருந்த முஸ்லிம்களுக்கு இந்தக் களஞ்சியம் சுத்தமாகப் பிடிக்கவில்லை. எத்தனை நாடுகளையும் ஆக்கிரமிப்பாளர்களையும் பார்த்திருப்பார்கள்! ஆரம்பமே சரியாகத் தெரியவில்லை. வணிகம் பண்ண வந்தவர்கள் வந்த உடனேயே காணி பூமி பற்றிப் பேசுவது, நல்ல சகுனமாகத் தெரியவே இல்லை. சிங்கள மக்களுடன் களஞ்சியத்தை நீக்குவதற்காகத் தொடர்ந்து போராடினார்கள். இரண்டு வருடங்களில் அது சாத்தியமானது. களஞ்சியம் கலைந்த செய்தி, கோவா ஊடாக லிஸ்பன் நகரை அடைந்தது.

அந்தக் காலகட்டத்தில் இலங்கையில் மூன்றுவிதமான ராஜதானிகள் இருந்தன. வடக்கில் ஆரிய சக்கரவர்த்திகளின் பரம்பரை அரியாசனம் இட்டு அமர்ந்திருந்தது. தெற்கே, கோட்டையைத் தலைநகராகக் கொண்ட சிங்கள ராஜதானி. மத்திய இலங்கையிலும் ஒரு யுகம் ஆரம்பமாகியிருந்தது. கி.பி. 1469இல், கோட்டையை ஆட்சி செய்த ஆறாம் பராக்கிரமபாகு, கண்டிக்குப் பொறுப்பாக சேனாசம்பத விக்ரமபாகு என்ற இளைஞரை நியமித்திருந்தார். அவனோ, கண்டி நகரின் மேன்மையிலும் பாதுகாப்பான அமைவிடத்திலும் மயங்கி, கோட்டை அரசாங்கத்திடமிருந்து தன்னை விடுவித்து, சுயாட்சியை ஆரம்பித்துக்கொண்டார்.

கண்டி ராஜதானியின் ஆரம்பகர்த்தா அம்மன்னன்தான். அவரால் எந்தவிதப் பாரிய சவால்களும் இன்றி, நாற்பது வருடங்கள் அமோகமாக ஆட்சி நடத்த முடிந்தது. இதற்கிடையில் கோட்டையில் போர்த்துக்கேயர் வந்திறங்கி, மன்னரோடு உடன்படிக்கைகள் செய்த விவரமும் கண்டியை அடைந்து விட்டது. என்றாலும் பயமேதுமில்லை. இயற்கைப் பாதுகாப்பு அரண்களைத் தாண்டி அவர்கள் கண்டிப் பக்கம் வருவது என்பது கனவுதான்!

தெற்கில் மீண்டும் ஒரு கோட்டை கட்டிக்கொள்ள வேண்டும் என்று தீரா வேட்கை கொண்ட போர்த்துக்கேயர்,

முஸ்லிம்கள் தமது வணிக முயற்சியினைச் சிதைப்பதாக மன்னனிடம் அறிவுறுத்திக்கொண்டே இருந்தார்கள். 1518இல், லிஸ்பனிலிருந்து கோவா ஊடாக, கொழும்புக்கொரு தகவல்

வருகிறது. "இந்த வருடம் என்ன மந்திரம் செய்தாவது கொழும்பில் கோட்டையைக் கட்டிவிடுங்கள்."

அப்போது மன்னராக ஆறாம் விஜயபாகு இருந்தார். ஆறாம் விஜயபாகுவின் சபையில் சின்னதும் பெரியதுமாக சில குடும்பத் தகராறுகள் தலைதூக்கி இருந்தன.

இந்தத் தீவின் ஒரு நகரில் களஞ்சியம் அமைத்து கறுவாவை சேமிப்பதே பெரும்பாடாக இருக்கையில், ஆயுதங்களை சேமிக்கும் பாதுகாப்பு அரண் அமைப்பதெல்லாம் சாத்தியமாய்த் தெரியவில்லை. ஆனால் லிஸ்பனின் அறிவுறுத்தலை மீற முடியாது. நுண்மதியைப் பயன்படுத்தினால் முடியாத காரியமென்று எதுவும் இல்லை.

அந்தச் சமயத்தில்தான் மாட்டுக் கொட்டகை அளவுக்கு ஒரு கோட்டை கட்ட அனுமதி பெறுகிறார்கள் போர்த்துக்கேயத் தளபதிகள். மன்னனும் பெரிதாக யோசிக்காமல், ஓகே சொல்லி விடுகிறார். கட்டுமானப் பணிகள் ஆரம்பமாகின்றன. ஆனால் கொழும்பிலிருந்த முஸ்லிம்களுக்கு ஏதோ புரிந்துவிடுகிறது. ஐந்தாறு மாதங்களுக்கு யாராவது மாட்டுக் கொட்டகை அமைப்பார்களா?

இரண்டு தரப்பினரும் மன்னரிடம் போய் முறைப்பாடு செய்த வண்ணமே இருந்தனர். ஒரு கட்டத்தில் முஸ்லிம்களுக்கும் போர்த்துக்கேயருக்கும் கைகலப்பு கூட நிகழ்ந்தது. ஆனால் கோட்டை முழுதாகக் கட்டப்பட்டு முடிந்தது. பென்னம் பெரிய கோட்டை! அது மாட்டுக் கொட்டகைதான் என்று சத்தியம் செய்தாலும் யாரும் நம்ப மாட்டார்கள்.

மன்னர் தனது அமைச்சர்களை அனுப்பிப் பார்த்த போது, உள்ளே ஆயுதங்களும் சிப்பாய்களும் இருப்பதைத் தெரிந்து கொள்கிறார். மிகுந்த கோபத்துடன் நேரடியாக இறங்கி வருகிறார்.

"நான் அனுமதியளித்த பிரமாணத்தை விட, மிகப் பெரிதாகக் கோட்டை கட்டி இருக்கின்றீர்கள்! இது மிகுந்த கண்டனத்திற்குரியது."

"நிச்சயமாக இல்லை மன்னா! உங்களிடம் அனுமதி பெற்ற அதே காரியத்தைத்தான் செய்திருக்கிறோம்" என்றவாறு,

மாட்டுக் கொட்டகை கட்டும் நூலினைத் துண்டுகளாக்கி, அதனை வைத்து மிகப் பெரும் சுற்றளவு கொண்ட நிலப் பரப்பொன்றினைப் பிடித்துக் காட்டுகிறார்கள். மன்னன் பேச்சு மூச்சின்றித் திணறிப் போகிறார். இப்படியாக, போர்த்துக்கேயப் பெருந்தகைகள் தங்களது முதலாவது காலைத் திடமாகக் கொழும்பில் பதிக்கிறார்கள். அந்தக் கோட்டையின் பெயர் Sants Barbara!

Sants Barbaraக்கு உள்ளே அவர்களின் நடவடிக்கைகள் அனைத்தும் ரகசியமாக நடைபெற்றன. எந்தவித வெளிப்படைத் தன்மையும் இருக்கவில்லை. கொழும்பில் செறிவாக வாழ்ந்த முஸ்லிம்கள் இவை அனைத்தையும் அவதானித்து வந்தார்கள். அதே நேரம் தென்னிந்திய மலபார் கரையிலும் போர்த்துக்கேயரின் வியாபாரம் தழைத்தோங்கத் தொடங்கியிருந்தது. வாஸ்கோடகாமா தொடங்கி வைத்த வணிக நுழைவாயில், சில வருடங்களில் வியாபித்து வளர்ந்திருந்தது. இருந்தாலும் கள்ளிக்கோட்டையை ஆட்சி செய்த செமாரின்கள் மட்டும், மலபாரில் போர்த்துக்கேயருக்கு முட்டுக்கட்டை போட்டுக்கொண்டே இருந்தனர். அவர்களின் மிகப் பெரும் படையினராக, குஞ்செலி மரிக்கார்கள் எனும் முஸ்லிம் வீரர்கள் இருந்தார்கள். இலங்கை முஸ்லிம்களும் அந்தச் சமயத்தில் கள்ளிக்கோட்டையின் உதவியை நாடிச் சென்றார்கள்.

செமாரின்களின் உதவியோடு, கொழும்பில் போர்த்துக்கேயர்கள் நெருக்கத்துக்கு ஆளாக்கப்பட்டனர். இந்நிலையில் துரதிர்ஷ்டவசமாக கோட்டை மன்னன் ஆறாம் விஜயபாகுவின் புதல்வர்கள் மூவருக்கிடையில் பனிப்போர் ஆரம்பமாகி இருந்தது.

விஜயபாகு தனது மூத்த மனைவியுடன் 'பலபுருஷ' திருமணத்தில் வாழ்ந்திருந்தான். 'பலபுருஷ' திருமணம் என்பது, ஒரு பெண் இரண்டு கணவர்களோடு வாழும் முறை. அவர்களுக்குப் பிறந்த பிள்ளைகள் மூவர். மாயாதுன்ன, புவனேகபாகு மற்றும் மத்தும பண்டார. மனைவியும், அவளது அடுத்த கணவனும் இறந்துவிட, புதல்வர்கள் விஜயபாகுவோடு வளர்ந்தனர். இப்படி இருக்கையில், விஜயபாகு இரண்டாவதாக ஒரு பெண்ணைத் திருமணம் முடிக்கிறார். அவளுடன் அவளது

மகனும் மாளிகைக்கு வருகிறான். விஜயபாகு அந்தச் சிறுவனை தத்தெடுத்துக் கொள்கிறார். தனது காலத்துக்குப் பின் இரண்டாம் மனைவியின் அந்த மகனையே அரசனாக்குவதாகத் திட்டமிட்டு, மூத்தவர்கள் மூவரையும் கொல்வதற்கு முடிவெடுக்கிறார்.

இந்தச் செய்தி, மூத்த புதல்வர்களுக்கு எப்படியோ தெரிய வருகிறது. அவர்கள் உயிருக்கு பயந்து கோட்டையிலிருந்து வெளியேறுகிறார்கள். மாயாதுன்ன கண்டியை அப்போது ஆட்சி செய்துகொண்டிருந்த ஜயவீர பண்டார மன்னரிடம் (சேனாசம்பத மன்னனின் மகன்) உதவி கேட்டுப் போகிறான்... அடுத்த இருவரும் எங்கெங்கோ ஓடித் தஞ்சம் புகுந்து கொள்கின்றனர். கடைசியில் மூவரும் எப்படியோ ஒன்று சேர்ந்து தந்தை செய்த துரோகத்துக்குப் பழிதீர்ப்பதற்காகப் படையோடு வருகிறார்கள். கைப்பற்றிக்கொள்கிறார்கள்.

மாளிகையிலிருந்த பெறுமதி மிக்க பொருட்கள் பலவற்றையும் தங்களிடையே பகிர்ந்துகொள்கின்றனர். மன்னனை யாராவது கொலை செய்ய வேண்டும். யார் கையில் பொறுப்பைக் கொடுத்தாலும் ஏற்க மறுப்பதால் சல்மான் என்ற வெளிநாட்டவரை அழைத்து வந்து காரியத்தை சாதிக்கின்றனர்.

விஜயபாகுவின் கொலைக்குப் பிறகு, தெற்கின் ராஜதானி, மூன்றாகப் பிளவடைகிறது. சீதாவக்க பிரதேசம் மாயாதுன்னைக்கும், தெற்கே ரய்கம பிரதேசம் மத்தும பண்டாரவிற்கும், பிரதான கோட்டைப் பகுதி புவனேக பாகுவிற்கும் என்று முடிவாகிறது.

போர்த்துக்கேயர் இந்தச் சந்தர்ப்பத்தை தமக்கு சாதகமாகப் பயன்படுத்திக்கொள்வதற்காக, மூளையைத் தீட்ட ஆரம்பிக்கின்றனர்.

9. இரண்டேயிரண்டு நிபந்தனைகள்

கோட்டையை வெற்றிகரமாகத் துண்டாடியாயிற்று. 'விஜயாபாகு கொள்ளை' என்கிற அந்தச் சம்பவத்தைத் தொடர்ந்து, மூன்று மகன்களும் ஆளுக்கொரு பொம்மை வைத்து விளையாடுவது போல, ராஜதானியைப் பிரித்துக் கொண்டு விட்டார்கள். ஏற்கெனவே வட இலங்கையில் ஆரிய சக்கரவர்த்தியின் ஆட்சியும், மத்திய இலங்கையில் சேனா சம்பத மன்னனின் பரம்பரை ஆட்சியும் நடக்கிறது. போர்த்துக்கேயர் இந்த அனைவரிலும் யார் மீது முதலில் கைவைத்தார்கள் தெரியுமா? கோட்டையை வைத்திருந்த புவனேகபாகு மீது!

ஏழாம் புவனேகபாகுவின் ஆட்சிக்குட்பட்ட பகுதியிலேயே கொழும்பு இருந்தது. முஸ்லிம்கள் அப்பகுதியில் செறிவாக வாழ்ந்து வந்தார்கள். போர்த்துக்கேயர் வாசனைத் திரவிய வணிகத்தில் கை வைத்திருந்தது, முஸ்லிம்களுக்குத் துளியும் பிடிக்கவில்லை. சீதாவக்கை மன்னன் மாயாதுன்னைக்கும் இதில் உடன்பாடு இருக்கவில்லை.

அவர்கள் நிர்ணயித்த விலைகள் மிகக் குறைவாக இருந்தன. சுதேசிகளோடு நடந்துகொண்ட முறையும் மரியாதைக் குறைவாக இருந்தது. 1518இல், ஏமாற்று வித்தை மூலம் கட்டிய கோட்டையினுள் இருந்துகொண்டு அராஜகம் புரிந்தார்கள். முஸ்லிம்கள் இதற்குப் பதிலடி கொடுப்பதற்காகத் தொடர்ச்சியாக, கள்ளிக்கோட்டை செமாரின்களுடன் தொடர்பிலிருந்தார்கள். 1524ல் அவர்களின் படையுதவியுடன் போர்த்துக்கேயரைக் கோட்டை மன்னன் கடுமையான

நெருக்கத்துக்கு உள்ளாக்கினார். இதனை எதிர்கொள்ள முடியாமல் அவர்கள் Sants Barbaraவை அழித்தார்கள்.

கோட்டை மன்னனின் இந்த நடவடிக்கை, போர்த்துக்கேயருக்குக் கடும் சினத்தை உண்டு பண்ணியது. புவனேகபாகுவின் நிலைமையோ பெரும் சங்கடத்துக்குரியதாக இருந்தது. ஒரு புறம் சொந்த சகோதரன் மாயாதுன்னையும் எந்நேரமும் படையுடன் வரும் நிலை இருந்தது. அவன் போர்த்துக்கேயர் மீது கொண்டிருந்த வெறி, புவனேகபாகுவை மென்மேலும் நலிவடையச் செய்தது. யார் பக்கம் நிற்பது என்ற குழப்பத்தில் தடுமாறினார்.

"இங்கே பாருங்கள். நீங்கள் எப்போதும் தலைநிமிர்ந்து அரசாட்சியைத் தக்கவைத்துக் கொள்வதற்கு, நாங்கள் முழுமையாக உதவுகிறோம். எதற்காக அச்சம் கொள்கிறீர்கள்?" குழப்பத்தை உணர்ந்த போர்த்துக்கேயர் புவனேகபாகுவைத் தயார்படுத்தத் தொடங்கினார்கள்.

"இரண்டு இலகுவான நிபந்தனைகளைச் சொல்கிறோம். நீங்கள் தலையசைத்தால், இந்த முழுத் தீவும் உங்கள் கைக்கு வந்து விடும்."

நிபந்தணைகள் இவைதான்.

மன்னர் கத்தோலிக்க சமயத்தைத் தழுவ வேண்டும். கோட்டையிலிருக்கும் முஸ்லிம்கள் அனைவரையும் வெளியேற்ற வேண்டும்.

இவற்றில் முதலாவது நிபந்தனைக்குத் தலைசாய்வது தம் கையில் தாமே மண்ணைப் போட்டுக் கொள்வது போன்றாகிவிடும். வேண்டாம். மொத்த பிக்குகளினதும், பொது மக்களினதும் கோபப்பார்வை நமக்கு வேண்டவே வேண்டாம். இரண்டாவது நிபந்தனைக்குப் பச்சைக் கொடி காட்டுவது மட்டுமே இப்போதிருக்கும் ஒரே வழி! காலங்காலமாக, நாட்டின் முன்னேற்றத்துக்காகவும் ராஜதானியின் பாதுகாப்புக்காகவும் உழைத்து வந்த ஒரு இனத்தை, வேரோடு பிடுங்கி எறிவதற்கு சம்மதம் வழங்கப்படுகிறது.

"மூன்றே நாட்கள் அவகாசம் தருகிறோம் குடும்பம் குட்டிகளோடு கிளம்பிப் போய்விடுங்கள்."

முஸ்லிம்கள் இலங்கையில் அனுபவித்த முதலாவது பேரதிர்ச்சி இது. திடுதிடுப்பென்று போகச் சொன்னால் எங்கே போவது? யாரிடம் போய் நிற்பது, எதை எடுப்பது, எதை விடுவது எதுவுமே புரியவில்லை. கொழும்பு நகர் முழுவதும் அவர்கள் கட்டி வைத்திருந்த பள்ளிவாயல்களும் வியாபார நிலையங்களும், துறைமுகத் தளங்களும் கண் முன் வந்து கலங்கடிக்கச் செய்தன.

இலங்கையில் தமது பூர்வீக வாழிடத்திலிருந்து அரசியல் சதி காரணமாக முஸ்லிம்கள் வெளியேற்றப்பட்ட முதல் சந்தர்ப்பம் அது. அவர்களுக்குத் தஞ்சமளிப்பதற்கு ஒருவர் முன்வருகிறார். அவர்தான் மாயாதுன்ன மன்னன். சீதாவக்க பிரதேசத்தில் வந்து குடியமர பகிரங்கமாக அழைப்பு விடுக்கிறார். மாயாதுன்ன போர்த்துக்கேயரின் மகா எதிரி. தனது சகோதரனான கோட்டை மன்னின் அண்மைய போக்கில் அவனுக்குத் துளி கூட உடன்பாடில்லை.

முஸ்லிம் மக்கள் தங்களது உடைமைகளைச் சுமந்துகொண்டு சீதாவக்க ராஜதானிக்கு உட்பட்டிருந்த நீர்கொழும்பு, புத்தளம், பேருவளை, அளுத்கம போன்ற பகுதிகளில் குடியேறினார்கள். களனி கங்கையின் கரையில் அமைந்திருந்ய சீதாவக்க நிலம், முஸ்லிம்களின் வருகையால் மென்மேலும் வளம் பெற்றது. விவசாயம், பாதுகாப்பு போன்ற துறைகளில் முஸ்லிம் ஆடவர்கள் கணிசமானளவு இறங்கி வேலை செய்ய ஆரம்பித்தார்கள்.

இன்னுமொரு முக்கியமான சம்பவமும் நிகழ்ந்தது. கள்ளிக் கோட்டையின் செமாரின்களை நோக்கித் தூதுவர்களாகவும் முஸ்லிம்கள் அனுப்பப்பட்டார்கள். கள்ளிக்கோட்டை மன்னர், மலபாரிகளுடன் நெருங்கிய தொடர்பில் இருந்தார். மலபாரிகளான பச்சி மரிக்கார், குஞ்சலி மரிக்கார், குட்டி மரிக்கார் போன்றவர்கள் கடல் யுத்தங்களில் தேர்ந்தவர்கள். சோழமண்டலக் கடற்கரையைப் போர்த்துக்கேயரின் ஊடுருவலிலிருந்து பாதுகாப்பதில் முன்னணி வகித்தவர்கள்.

மாயாதுன்ன மன்னனின் வேண்டுகோளின் பேரில் முஸ்லிம்கள் இவர்களிடம் யுத்த உதவி கேட்டார்கள். அதற்குப் பதிலாக பச்சி மரிக்கார், குஞ்சலி மரிக்கார், அலி இப்ராஹீம் ஆகிய தளபதிகளைக் கொண்ட படையை செமாரின் மன்னன் அனுப்பி

வைக்கிறார். அலி மரிக்கார் தலைமையில் மாயாதுன்னையின் சிங்கள முஸ்லிம் வீரர்கள் களமிறங்குகிறார்கள்.

ஆனால் போர்த்துக்கேயர் உள்ளூர்க் கூலிப்படையொன்றை நன்கு பயிற்றுவித்துக்கொண்டிருக்கும் விவகாரம் இவர்களுக்குத் தெரியவில்லை. 'லஸ்கிரிஞ்ச' எனப்படும் அந்தப் படை, மாயாதுன்னயின் படையைவிட பலமாக இருந்தது. மாயாதுன்னையின் பல கப்பல்கள் மூழ்கடிக்கப்பட்டன. எண்ணற்ற வீரர்கள் வீர மரணமடைந்தார்கள். சீதாவக்கை ராஜ்ஜியத்தின் தோல்வி உணரப்பட்டுவிட்டது. காட்டு வழியே தப்பியோடியது மன்னரின் படை பட்டாளம்.

இந்தப் போரில் தோற்றதோடு மாயாதுன்ன அமைதியடைய வில்லை. உடனடியாக, அடுத்த போருக்குத் திட்டம் தீட்டத் தொடங்கினான். போரில் வென்ற புவனேகபாகு, போர்த்துக் கேயரிடம் மேலும் மேலும் வசப்படத் தொடங்கினான்.

கள்ளிக்கோட்டைப் படை, சீதாவக்கையில் தஞ்சம் புகுந்திருந்தது. அவர்களின் ஆயுதங்கள் தீர்ந்துபோயிருந்தன. யுத்தக் காயங்களால் பலவீனமாகியிருந்தார்கள். குருபெவில எனும் இடத்தில் பெரிய அளவில் தாக்குதல் நடத்துவதற்கான மாயாதுன்னவின் யோசனை சரியாகப் பலன் தரவில்லை. ஓய்வும் உணவுமின்றிக் களமிறங்கிய வீரர்களால் சரியான கவனக் குவிப்புடன் போர் புரிய முடியவில்லை.

தொடர்ந்து இதில் ஈடுபட்டால், ராஜதானி பறிபோய்விடும் என்பதை உணர்ந்த மாயாதுன்ன, சமரசப் பேச்சுவார்த்தைக்குத் தயாரானான். தனது புத்திரன் டிங்கிர பண்டாவை பணயமாக அனுப்பி வைத்தான். போர்த்துக்கேயத் தளபதி, மிகெல் பெரேரா, சமாதானத்துக்குப் பகரமாக, முஸ்லிம் தளபதிகளைக் கேட்டான். வெளிநாட்டிலிருந்து உதவிக்கு வந்த தளபதிகளை வழங்குவதில் கடும் சங்கடங்கள் இருந்தாலும் வேறு வழியின்றி, மாயாதுன்ன உடன்படுகிறார்.

வனங்களில் ஒளிந்திருந்த கள்ளிக்கோட்டை வீரர்களை, கூலிப்படை வீரர்கள் தேடித்தேடி வேட்டையாடினர். போர்த்துக்கேயரிடம் ஒப்படைத்தபோது, கை, கால், மூக்கு, உதடுகள் துண்டிக்கப்பட்டு, களனியாற்றுத் துறையில் சிரச்சேதம் செய்யப்பட்டனர். மாபிடிகமவிலிருக்கும் அந்தப் பகுதி, இன்றுவரை, 'கப்பபு தொடுபொல' அதாவது 'வெட்டிய துறை' என்ற பெயரில் அறியப்படுகிறது. சுமார் எழுபத்தி ஐந்து

தொடக்கம் இருநூறு முஸ்லிம்கள் கொல்லப்பட்டனர். பச்சி மரிக்காரின் தலை இனங்காணப்பட்டு கோவாவில் இருந்த போர்த்துக்கேய தேசாதிபதிக்கு அனுப்பப்பட்டது.

வேறு வார்த்தைகளில் சொல்வதானால், மாயாதுன்னைக்கு சீதாவக்கை கிடைப்பதற்கான விலையாக பச்சி மரிக்காரின் தலை பயன்பட்டது. சீதாவக்கையும் இப்படியான காட்டிக் கொடுப்புக்களால் சீரழிந்து போனது.

இனி ரய்கமவைப் பார்த்துவிடலாம். ரய்கம பிரதேசத்தை மிகவும் சிறப்பான முறையில் ஆட்சி செய்து வந்தார் ரய்கம் பண்டார மன்னன். எனினும் கோட்டை மன்னனுடன் நடந்த யுத்தமொன்றில் குடும்பத்தோடு தென்னிலங்கையின் அந்தமாகிய மாத்தறைப் பக்கம் தப்பியோடும்படி ஆகிவிட்டது. அத்தோடு அவரது ஆட்சியும் சரிந்துவிட்டது. 1538இல் மரணத்தைத் தழுவிக்கொள்கிறார். அத்தோடு மாயாதுன்ன, ரய்கம பிரதேசத்தையும் தனது ஆட்சிக்கு உட்படுத்திக்கொள்கிறார்.

இதற்கிடையில் எத்தனையோ சந்தர்ப்பங்களில் கோட்டையை நோக்கிப் போர்தொடுக்கிறார் மாயாதுன்ன. 1536இலும் அதற்கு மிக அடுத்தடுத்தும் மலபார் வீரர்களின் படையுதவியோடு புவனேகபாகுவை வீழ்த்த முயன்றாலும், போர்த்துக்கேயரின் மிகப்பெரும் படையினால் திரும்பி வரவேண்டிய கட்டாயத்துக்கு ஆளாகின்றார். மாயாதுன்ன பங்கேற்ற அத்தனை போர்களிலும் முஸ்லிம்கள் மிகுந்த விசுவாசத்துடன் அவன் பக்கம் நின்று போரிட்டார்கள். வெளிநாட்டு உதவியைப் பெற்றுக் கொடுத்தார்கள்.

புவனேகபாகுவிற்கு ஆண் வாரிசு இருக்கவில்லை. அவனது மகள் சமுத்ர தேவி தளபதி வீதிய பண்டாரவுடன் காதல் கொண்டிருந்தாள். அவர்கள் மூலமாகக் கிடைத்த பேரன் தர்மபால குமாரனுக்கே அடுத்த ஆட்சியை வழங்குவதற்குத் திட்டமிட்டிருந்தார் அரசன். தர்மபால குமாரனின் தங்கச் சிலையொன்றைத் தயாரித்து, போர்த்துக்கேயரிடம் அனுப்பி அதனை வலியுருத்தியிருந்தான்.

துரதிர்ஷடவசமாக, 1551இல் ஒரு நாள், போர்த்துக்கேய சிப்பாய் ஒருவனின் துப்பாக்கிச்சூட்டுக்கு ஆளாகி, உயிரை விடுகிறார் புவனேகபாகு. போர்த்துக்கேயர்கள், கத்தோலிக்க சமயத்தவனாகவே வளர்ந்த தர்மபாலனை அரியாசனத்தில் அமர்த்துகிறார்கள்.

10. துரத்தி அடித்த மக்கள் படை

தர்மபாலவின் அரசாட்சி ஆரம்பமாகிறது. ஒரு கத்தோலிக்க அரசனை ஏற்றுக்கொள்ளும் மனநிலையில் கோட்டை மக்கள் இருந்திருப்பார்களா? தர்மபால போர்த்துக்கேயரின் முழு நேர வழிகாட்டலில் வளர்ந்து ஆளானவன். அவனது ஆட்சியும் பொம்மை ஆட்சியாகத்தான் இருக்கப்போகிறது. நல்ல வேளையாக பௌத்த பிக்குகள் கோட்டையிலிருந்த தந்த தாதுவை இடம் மாற்றிவிட்டார்கள். தந்த தாது ஒன்றுதான் மிஷிளி மாதிரி ஒரு அங்கீகாரம். அது இல்லையா அவ்வளவுதான். கோட்டை அதிகாரபூர்வ ஆட்சிபீடமாக இனி இருக்காது.

மறுபுறம் மாயாதுன்ன மன்னன் கோட்டையை நோக்கி அனுப்பிய அனைத்துப் படைகளுமே கோட்டை விட்டு விட்டு வந்திருந்தன. போர்த்துக்கேயரின் காலத் துப்பாக்கிகளை, உள்ளூர்த் தயாரிப்பு வாட்களால் எதிர்கொள்ள முடியவில்லை. அந்த வகைத் துப்பாக்கிகள், உலகுக்கு அப்போதுதான் அறிமுகமாகியிருந்தன. மேலும் லிஸ்பனிலிருந்து ஏராளமான வெடிமருந்துகளும் வந்த வண்ணமே இருந்தன. மாயாதுன்ன அமைத்த வியூகங்கள் எல்லாம் சொதப்புவதற்கு, இது ஒரு பெரும் காரணியாக இருந்திருக்கலாம்.

போர்த்துக்கேயரிடம் சிறுவன் தர்மபால இருந்தான். வெடிமருந்து இருந்தது. லஸ்கிரிஞ்ச சிங்களக் கூலிப்படை இருந்தது. ஆனால் மக்கள் மாயாதுன்னையின் பக்கமே மனதை வைத்திருந்தார்கள். சிங்களவர், முஸ்லிம்கள் அனைவருமே

அவரையே சார்ந்திருந்தார்கள். சீதாவக்கையின் எல்லைகளும் மிகப் பெரிதாக இருந்தன.

போர்த்துக்கேயருக்கோ, கண்டிப் பக்கம் போவதற்கும் வழியில்லாமல் இருந்தது. முஸ்லிம்கள் கண்டி மன்னர்களோடு வணிகத்திலும் மருத்துவத்திலும் நல்ல தொடர்பாக இருந்தனர். இந்த நிலையில் போர்த்துக்கேயர்களின் தளபதி எபோன்சோ பெரேரா, மலேரியா நோயால் பாதிக்கப்பட்டு கோமா நிலைக்குப் போகிறார். உடனடியாக, கோவாவிலிருந்து ஜோர்ஜ் டி மெனசஸ் எனும் தளபதியின் தலைமையில் ஒரு படை சிலோனுக்கு வருகிறது. வருடம் **1559.**

மெனசஸ் பொல்லாதவன். மாயாதுன்னயின் இடை விடாத போர் முயற்சிகளைப் பற்றி அறிந்துகொள்கிறான். கடந்த இரண்டு வருடங்களில் எத்தனையோ முறை அவனது கூட்டம் வந்து வந்து சீண்டிப் பார்த்திருக்கிறது. இனியும் அவன் நினைத்த படி ஆட விட முடியாது. சீதாவக்கையை முழு நீள யுத்தம் ஒன்றின் மூலம் கட்டுப்பாட்டுக்குள் கொண்டு வரும் காலம் வந்து விட்டது.

புவனேகபாகு இருந்த காலத்தில் அவன் அதற்குக் கடைசிவரை உடன்படவில்லை. இப்போதிருப்பது தர்மபால சொல்பேச்சுக் கேட்டு வளர்ந்த பிள்ளை. அதனால் மெனசஸின் கைகள் ஓங்கியிருந்தன. சீதாவக்கையை நோக்கிப் போக வேண்டும் எனில், முதலில் மாப்பிடிகம களஞ்சிய சாலையைக் கைப்பற்றிக் கொள்ள வேண்டும். களனி ஆற்றங்கரை வழியாகப் போனால், ஆற்றின் வட பக்கத்தில் அமைந்திருக்கிறது களஞ்சியம். அதனை மட்டும் கைப்பற்றிக்கொண்டால், தரை வழியாகவும், ஆற்றின் வழியாகவும் வரும் எந்த சக்தியையும் கையாள முடியும். சீதாவக்கையும் கிடைத்துவிடும்.

மெனசஸின் படை களனியாற்றின் தெற்குப் புறமான படுக்கை வழியே முன்னேறத் தொடங்கியது. ஒரு பெரும் படை தம்மை நோக்கி வரும் செய்தி மாயாதுன்ன மன்னனை எட்டிவிடுகிறது. சற்றும் தாமதிக்காமல், தனது மகன் டிங்கிரி பண்டாவைத் தயார் செய்து, மதகுருமாரினதும் மக்களினதும் ஆசிகளுடன் அனுப்பி வைக்கிறார். டிங்கிரி பண்டாவின் ஆளணி, மேற்கு நோக்கி முன்னேறி வருகிறது. ஹேவாகமையில் தரித்து, அந்தப்

பிரதேசத்திற்கு உட்பட்ட போர் புரியும் சாதியினருக்கு அழைப்பு விடுக்கிறான் டிங்கிரி பண்டா. அதற்கு முன்னர் வரை முறுக்கிக் கொண்டு நின்ற மக்கொன பிரதேசத்து வீரர்களும், இந்த முறை சீதாவக்க சார்பாகக் களமிறங்க வந்தார்கள். பக்கத்திலிருந்த பல கோரளைகளைச் சேர்ந்த வீரர்களும் வந்து சேர்ந்தார்கள். முஸ்லிம் வீரர்களும் இருந்தார்கள்.

மெனசஸ் படை முன்னேறி வந்து சீதாவக்கை எல்லையில் தாமுண்டு தம் பாடுண்டு என்றிருந்த பொதுமக்கள் மீது தாக்குதல் நடத்தி, முந்நூறு பேரைக் கொன்று, அருகிலிருந்த சிறு காப்பரணையும் கைப்பற்றிக் கொள்கிறது. படு உற்சாக மடைகிறது படை. ஆரம்பமே அமர்க்களமாக இருக்கிறதே.

ஹேவாகமையில் டிங்கிரி பண்டா தங்கியிருக்கும் செய்தி வந்ததும், இரவோடிரவாக அந்தப் பக்கம் நோக்கிப் புறப்படுகிறது. டிங்கிர பண்டா, தனது மிகத் திறமையான வீரன், விக்ரமசிங்க முதலியை முதலில் அனுப்புகிறான். இரண்டு பிரிவினரும், முல்லேரியா கிராமத்தில் நேருக்கு நேர் சந்திக்கின்றனர்.

ஆரம்ப கட்டம் சீதாவக்கைக்குத் தோல்வியாகவே முடிகிறது. இருநூறு பேரின் சடலங்களை அப்படியே விட்டு விட்டு, மீண்டும் ஹேவாகமைப் பக்கமாகப் போகிறார்கள் விக்ரமசிங்க முதலி குழுவினர்.

பின்னர் சுதாரித்துக்கொண்டு மீண்டும் திருப்பியடிக்கத் துணிந்தார்கள். மெனசஸும் சளைக்கவில்லை. முழு மூச்சுடன் இறங்குகிறான். சீதாவக்க வீரர்கள் ஓரிடத்தில் தங்குகிறார்கள். அந்த இடத்தில் இரண்டு பேருக்கும் நடந்த மோதலில் மெனசஸ் படை, பின்வாங்கும் அளவுக்கு விக்ரமசிங்கவினர் அடித்தார்கள். வெடிமருந்துகள் பெரிய தொகையை அப்படியே விட்டுத் விட்டு தப்பியோடுகிறார்கள் ஐரோப்பிய வீரர்கள்.

இந்த வெற்றி, டிங்கிர பண்டாவை மிக உற்சாகப்படுத்தியது. போன ஐரோப்பியர்கள் மீண்டும் நிச்சயம் வரப்போவதை அறிந்த அவன் புது தந்திரோபாயமொன்றை உபயோகிக்க முடிவெடுக்கிறான்.

படையை இரண்டாகப் பிரிக்கிறான். முதலாவது படை, நேரடியாகத் தாக்கப்போகும் ராணுவ வீரர்களைக் கொண்டது.

அதில், யானைப் படை, குதிரைப் படை, முஸ்லிம்களின் துப்பாக்கிப் படை என்போர், டிங்கிரி பண்டா தலைமையில் முன்னேறுவதாக உத்தேசம். இரண்டாவது குழு, ஆயிரம் வீரர்கள் கொண்ட வாள் படை. இரண்டு புறமிருந்தும் திடீரெனத் தோன்றி, பின்னால் சென்று தாக்குவதே திட்டம். அதிலும் முஸ்லிம் வீரர்கள் இருந்தனர்.

அது 1562ம் ஆண்டில் ஏதோ ஒரு தினம். எதிர்பார்த்த படியே போர்த்துக்கேயர் முல்லேரியாவை வந்தடைந்தனர். நான்காயிரம் வீரர்களைக் கொண்ட சீதாவக்கை அணியினர், புதிய தாக்குதல் நுட்பம் மூலம் மகத்தான வெற்றியை அடைந்தனர். முல்லேரியாப் பிரதேச வயல்கள் செந்நிறமாகக் காட்சியளித்தன. ஆயிரத்து அறுநூறு போர்த்துக்கேய வீரர்கள் சடலங்களாக வீழ்ந்திருந்தார்கள். இன்னும் எத்தனையோ ஆயிரம் பேர் கைதானார்கள்.

உலகின் மிகப் பெரும் சக்தியாகக் கருதப்பட்ட ஓரினம், குட்டித் தீவொன்றின் உள்நாட்டு மக்களால் துரத்தியடிக்கப்பட்ட சம்பவம் அழியாத ரத்த வடுவாகப் பதிவானது.

கைப்பற்றப்பட்ட போர்த்துக்கேயர்களை, இருபத்தியிரண்டு மாதங்கள் சிறை வைத்திருந்தான் டிங்கிரி பண்டா என்கிற முதலாம் ராஜசிங்கன். கொழும்புப் பகுதியில் காவலில் வைக்கப்பட்டிருந்த அவர்கள், பட்டினி பொறுக்க முடியாமல் தங்கள் சொந்த வளர்ப்புப் பிராணிகளைக் கொன்று சாப்பிடத் தொடங்கினார்கள். நாட்டை விட்டே வெளியே போய்விடுமளவுக்கு வெறுப்படைந்தார்கள். காலப்போக்கில் சீதாவக்கை படை கிளம்பிப் போய்விட்டது.

கோட்டையிலிருந்த தளபதிகளுக்கு இது பெரும் வன்ம அவமானமாகிவிட்டது. யுத்தம் ஓய்ந்ததாக அவர்கள் நினைக்கவே இல்லை. எஞ்சியிருந்த வீரர்களோடு, மாபிடிகம நோக்கி மீண்டும் பயணித்தார்கள். ஆனால் இந்த முறை கள்ளிக் கோட்டை உதவி பக்காவாகக் கைகொடுத்தது. முஸ்லிம்கள் கள்ளிக்கோட்டை வீரர்களுடன் இணைந்து, மாபிடிகமவிலிருந்து அவர்களைத் துரத்தியேவிட்டார்கள். அன்றைய சலசலப்பில் மரணத்தைத் தழுவிய முஸ்லிம் போர்வீரர்களின் பூதவுடல்கள், மாபிடிகமையில் அடக்கம் செய்யப்பட்டன.

11. எதிரியிடம் சரணடை

சீதாவக்கையின் எல்லைகள் இலங்கை முழுக்க வியாபித்திருந்தன. முல்லேரியா யுத்தக்களத்தில் டிங்கிரி பண்டா காட்டிய வீர தீரச் செயல்களால் புளகாங்கிதமடைந்திருந்தது மொத்த ராஜதானியும். பண்டாவை வாஞ்சையுடன் 'ராஜசிங்க' என்று அழைத்து அழகு பார்த்தார்கள் வெகு மக்கள். ஒரு போரின் வெற்றி தரும் போதை பொல்லாதது. ராஜசிங்க நாளடைவில் அந்தப் போதைக்கு ஆளானான்.

கி.பி. 1565 ஆகும்போது, போர்த்துக்கேயர் கோட்டை மாளிகையை விட்டு, கொழும்பில் தஞ்சம் புகுந்தார்கள். கரையோரப் பகுதிகளும், கொழும்பும் மட்டுமே அவர்கள் வசமிருந்தன.

வட இலங்கையின் வரலாறோ, வேறு கோட்டில் பயணித்துக் கொண்டிருந்தது. ஆரிய சக்கரவர்த்திகளின் பரம்பரையில் வந்த ஆட்சி வரிசை ஒரு கட்டத்தில் நிலைகுலைந்துபோயிருந்தது. கோட்டை ராஜதானியின் ஆரம்பகர்த்தாவான ஆறாம் பராக்கிரமபாகுவினால் முற்று முழுதாகச் சிதைக்கப்பட்டிருந்தது வட ராஜ்ஜியம். பின்னர் சிறிது காலத்தில், மீண்டும் துளிர் விட்டு வளர்ந்திருந்தது. போர்த்துக்கேய வருகையின் போது, யாழ்ப்பாணம், விட்டுப் போன அந்தப் பரம்பரையின் மன்னரான பரராஜசேகரரின் கையில் இருந்தது.

தொடர்ந்தேச்சையான எல்லைக் கவவரங்களால், மாயாதுன்ன மன்னன் வடக்கு பற்றிய கரிசனையை விட்டிருந்தார். முல்லேரியா வெற்றி தந்த போதையால் இன்னும் இன்னும் வியாபிக்கும் ஆசை,தந்தையையும் மகனையும் தொற்றிக் கொள்கிறது. யாழ்ப்பாணத்தை ஒரு வழி செய்ய வேண்டும் என்கிற தீர்மானத்தைக் கூட்டாய் எடுத்தார்கள்.

ரஹ்மான் சித்திலெப்பை என்கிற முஸ்லிம் தளபதியின் கையில் வடக்கினைப் பிடிக்கும் பொறுப்பை ஒப்படைக்கிறார் சீதாவக்கை மன்னர். ரஹ்மான் துடிப்பான போர் வீரன். மாயாதுன்னையின் பல போர்களில் மிகுந்த உற்சாகத்துடன் பங்கேற்றவன். முஹம்மது அஸ்கர் லெப்பைக்கும், களீகதிரிமலி முதியன்சேக்கும் மகனாகப் பிறந்தவன். போர்த்தளபதியாக அவனது அனுபவமும் அவன் காட்டிய சாகசங்களும் சீதாவக்க தலைமைப் பீடத்துக்கு அவன் மீதிருந்த நம்பிக்கைக்குக் காரணமாக அமைந்தது. **1572**இல் ரஹ்மான் தலைமையிலான படை வடக்கைத் தேடிப் புறப்படுகிறது.

யாழ்த்தோட்ட முனையை அடைந்த முதலாவது சிங்கள அரச பிரதிநிதி அவரே. போனவர்கள் தமது கடமையைச் சரிவர நிறைவேற்றினார்கள். அந்த மகிழ்ச்சிக்காக, சீதாவக்கை மன்னன், முஸ்லிம்களுக்கு, ‘மல்வான’ என்கிற கிராமத்தை அன்பளிப்பாக வழங்குகிறார். ரஹ்மான், திரும்பி வரும் வழியில் **1579**இல், மர்மமான முறையால் கொல்லப்படுகிறார்.

அதற்கிடையிலும் போர்த்துக்கேயரின் பொறாமைத் தீ கொழுந்துவிட்டெரிந்த பல சந்தர்ப்பங்கள் உண்டு. குறிப்பாக **1575**இல் தெற்கின் வெலிகமைப் பகுதியில் நடந்த மனித அவலம்! முஸ்லிம்கள் பலர் அநியாயமாகக் கொலை செய்யப்பட்டனர். பலரது வீடுகள் கொள்ளையடிக்கப்பட்டன. அவர்கள் விதித்த வணிகத் தடை, கட்டாய மதமாற்றுச் சட்டம் போன்றன, முஸ்லிம்களிடம் செல்லுபடியாகவில்லை. **1526**இல் கோட்டையிலிருந்து அவர்களை வெளியேற்றியது முதலே, அநியாயத்தைக் கட்டவிழ்து விட்டிருந்தது உண்மை. உதாரணமாக, **1542**இலும், மாத்தறையில் இருநூறு முதல் முந்நூறு முஸ்லிம் ஆண்களைக் கொலை செய்து துவம்சம் பண்ணியிருந்தார்கள்.

கோட்டையில் தர்மபால மன்னன் முழு சந்திரமுகியாக மாறியிருந்தான். போர்த்துக்கேயரின் சொல்லை மீறிச் சிந்திக்கும் அதிகாரம் கூட அவனுக்கு இருக்கவில்லை. கொழும்பைத் தலைமையகமாகக் கொண்டிருந்த போர்த்துக்கேயர் இலங்கையின் கரையோரப் பகுதிகளிலிருந்து கண்டிக்குத் தாவ வழிபார்த்துக் காத்திருந்தனர்.

இத்தனை யுத்தமேகங்களுக்கு மத்தியிலும் சிலோன் தேசத்தில் மக்கள் உண்டு பருகி வாழ்ந்திருந்தனர். சுதேசிகள் சேகரித்து வைத்திருந்த உள்ளூர்ப் பொருட்களைத் தொகையாகப் பெற்றுக்கொண்டு, அவர்களுக்குத் தேவையான பண்டங்களை வீடு வரை வந்து விற்றுச் சென்றனர் முஸ்லிம் வணிகர்கள். கரையோரங்களிலிருந்து உள்நாட்டுக்கு வரும் மிக ஆபத்தான சிக்கல் நிறைந்த பாதைகளை அறிந்து வைத்திருந்தனர். ‘தவளம’ எனும் போக்குவரத்து முறையைக் கையில் வைத்திருந்தமையால் இது சாத்தியப்பட்டது. மொத்தத்தில் அந்தக் காலத்து logistics சேவை, முஸ்லிம்களின் கையிலேயே இருந்தது.

கண்டி மன்னர்கள் எதிர்நோக்கிய மாபெரும் சிக்கல்களில் ஒன்றாக இருந்த போக்குவரத்துப் பிரச்சினைக்கு, முஸ்லிம்கள் மிகுந்த பக்கபலமாய் இருந்தமையால், அவர்களின் நன்மதிப்பைப் பெற்றிருந்தனர். போர்த்துக்கேயர், தவளம சங்கதியை அறிந்து கொண்டது முதல், எருதுகள் போவதற்கான பல பாதைகளை அடைத்து, ஒரு சில பாதைகளை மட்டுமே அனுமதித்திருந்தனர்.

தவளம எனும் முறை, மத்திய ஆசியாவில் பயன்பட்ட ஒன்று. ஒட்டகங்களுக்குப் பதிலாக இலங்கையில் எருதுகளைப் பயன்படுத்தினார்கள் முஸ்லிம்கள். கண்டிய மன்னர்கள் முஸ்லிம்களின் இந்த வணிகப் பண்டப் போக்குவரத்து முறைக்கென்றே தனியாக அரச திணைக்களம் வைத்திருந்தனர். ‘மடிகே பத்த’ போக்குவரத்து அமைச்சாக இருந்தது. அதனுள் சில சிங்கள அங்கத்தவர்களும் இடம்பெற்றிருந்தார்கள். அவர்கள் ‘கராவ’ சாதியைச் சேர்ந்தவர்கள். அமைச்சின் பெயரில் வரும் ‘பத்த’ என்ற பதம், சமூகத்தின் சகல தரப்பினரையும் அரச நிர்வாகத்தோடு பிணைப்பதைக் குறிக்கிறது.

கண்டி ராஜதானியில் முஸ்லிம்களின் கால் படாத பிரதேசங்களே இருக்கவில்லை. துணி, வெங்காயம், உப்பு, அரிசி போன்றவற்றை

விநியோகித்து, பதிலீடாக உள்நாட்டில் விளைந்த பாக்கு மற்றும் பலசரக்கு வாசனைப் பொருட்களைப் பெற்றுச் சென்றார்கள். அவர்களது சேமிப்பகங்களாகச் சில பிரதேசங்கள் இருந்தன. இன்று அவை பெரும் முஸ்லிம் கிராமங்களாக வியாபித்து வளர்ந்துள்ளன. கண்டியைச் சுற்றியுள்ள உடதலவின்ன மடிகே, கலகெதர மடிகே, பண்டாரகொஸ்வத்த மடிகே, தெஹிதெனிய மடிகே, மடிகே மிதியால போன்ற கிராமங்களுக்கு ‘மடிகே’ என்ற பெயர் ஒட்டிக்கொண்டது இதனால்தான்.

ஒரு வணிக முயற்சியின் தவளப் பயணம் ஒன்று நிகழ்ந்து முடிய சாதாரணமாகச் சில நாட்கள் எடுக்கும். பயணத்தின் போது, இடை நடுவில் தங்கிச் சென்ற ஊர்களிலும் காலப்போக்கில் முஸ்லிம் குடியேற்றங்கள் ஏற்பட்டு வளர்ந்தன.

தவள முறைக்குத் தேவையான எருதுகளை, பட்டியாக வளர்த்தார்கள் முஸ்லிம்கள். மாவனல்லை, ஹிங்குல பிரதேசத்திலும் இப்படியான பட்டிகள் இருந்துள்ளன.

மக்களின் அன்றாட வாழ்க்கை இவ்வாறிருக்க, சீதாவக்கை ராஜதானியின் கைகள் மத்திய மலைநாட்டின் பக்கம் மெதுவாக ஊடுருவும் சமயம் வந்து விட்டது. கண்டி ராஜதானியை அடைவது சுலபமான காரியமல்ல. துப்பாக்கி ரவைகள் ஆயிரம் இருந்தாலும், மலை முகடுகள் நிறைந்த கண்டி வனாந்தரங்களைக் கடந்து செல்வது முடியாத செயலாக இருந்தது. எத்தனை பெரிய படை, எத்துணை பலமான ஆயுதங்களுடன் இறங்கினாலும், தமக்கு அகப்படும் அனைத்தையும் கொண்டு அடித்துத் துரத்தினார்கள் கண்டி வீரர்கள்.

பதினாறாம் நூற்றாண்டின் அந்திம பொழுதுகளில் ஒரு நாள். ஜயவீரபண்டாரவின் மகன், கரலியத்த பண்டார ஆட்சியில் இருந்தார். சீதாவக்கையின் ராஜசிங்கனுக்கும் கரலியத்த பண்டாரவின் அரண்மனையிலிருந்த மிக முக்கியமான பிரதிநிதியான வீரசுந்தர பண்டாவிற்கும் இடையில் ராஜதந்திர சந்திப்புகள் சில நடந்தேறியிருந்தன. கண்டியின் மிக நம்பிக்கைக்குரியவன் வீரசுந்தர பண்டார. அப்டியிருந்தும் அவன் சீதாவக்கையின் பக்கம் கைநனைத்தது ஏன் என்பது வரலாற்றின் ஒரு முக்கியமான ரகசியம்.

ராஜசிங்கனோடு நடந்த உரையாடல்களின் பின் அவனது நம்பிக்கையை வென்று, கண்டித் தகவல்களை அனுப்பிக் கொண்டே இருந்தான்.

சீதாவக்கை மன்னன் மாயாதுன்ன தனது எண்பதாவது வயதில் **1581** இல் இறப்பெய்துகிறார். புத்தம்புது அரசனாக முடிசூடிக்கொண்ட ராஜசிங்க, தனதாட்சியின் முதலாவது வருடத்திலேயே கண்டியை நோக்கிப் படையனுப்புகிறார். 'பலன' எனும் புள்ளியில் கண்டியும் சீதாவக்கையும் மோதிக் கொள்கின்றன. சீதாவக்கைப் படை வெல்கிறது. எல்லாம் வீரசுந்தர கொடுத்த தகவல்களின் மகிமை. கரலியத்த பண்டார, செய்வதறியாது மூன்றே வயதான தனது மகள் குசுமாசனதேவியுடன் மன்னாருக்குத் தப்பிச் செல்கிறார். மன்னாரில் யார் இருந்தார்கள்? போர்த்துக்கேயர்.

அத்தனை காலமும் கரையோர நகரங்கள் தோறும் கோட்டை கட்டி வைத்துக் கொண்டு கண்டியை ஏக்கத்தோடு பார்த்திருந்த அந்தக் கூட்டத்திடம் கண்டியின் மன்னன், தன் குடும்பத்தோடு போய்ச் சரணடைகிறார். சிங்கத்தின் வீட்டுத் தோட்டத்தில் சிக்கிய முயலின் பட்டம் போலானது கண்டியின் அரச பரம்பரைக் கதை. கரலியத்த பண்டார கத்தோலிக்க சமயத்தைத் தழுவிக்கொள்ள, அவரது குழந்தை குசுமாசனதேவி, 'தோன கதரினா' என்ற பெயர் பெறுகிறாள். கரலியத்த பண்டாரவும், அவரது மனைவியும் அம்மை நோய் தாக்கி, மன்னாரிலேயே கண்மூடுகிறார்கள்.

இத்தனைக்கும் காரணமான ராஜசிங்க மன்னன் வெற்றிக் களிப்புடன் கண்டி அரசமாளிகையைத் தனது ஆட்சிப் பிரதேசமாக அறிவிக்கிறார்.

அதே நேரம், அங்கே ஐரோப்பாவில் போர்த்துக்கல் நாட்டினை ஸ்பெயின் கைப்பற்றிக் கொள்கிறது. அங்கிருந்த முஸ்லிம்கள் புதிய ஸ்பெயின் ஆட்சியாளர்களால் பல வகைகயான கொடுமைகளை அனுபவிக்கிறார்கள். அதன் சாயல் சிலோனிலும் தெரிய ஆரம்பிக்கிறது. ஏற்கெனவே கொடுமை, துன்பம் என்றிருந்த கரையோர முஸ்லிம்களின் விதி, சட்டியிலிருந்து அடுப்பில் விழுந்தது போலானது.

12. கெரில்லாத் தாக்குதல்

'Once a traitor, always a traitor'

'வன்ஸ் எ ட்ரெய்டர், ஆல்வேய்ஸ் எ ட்ரெய்டர்' என்பார்கள். ஒருமுறை துரோகமிழைத்தவன் எப்போதும் துரோகியாகவே கருதப்படுவான்.

வீரசுந்தரபண்டார விசயத்தில் இராஜசிங்கனுக்கு நடந்ததும் இதுதான். யாராலும் அசைக்க முடியாத செங்கடகல அரசவையின் பிரதான அமைச்சராக இருந்துவிட்டு இறுதியில் காட்டிக் கொடுத்தவன் அவன். காட்டிக் கொடுத்ததற்கு அவனது தரப்பு நியாயங்கள் ஆயிரம் இருக்கலாம். எதுவாகவும் இருந்து விட்டுப் போகட்டும். கூடவே இருந்தவர்களுக்கு நம்பிக்கைத் துரோகம் பண்ணியவனுக்கு, எங்கிருந்தோ வந்த ராஜசிங்கனின் காலை வாரி விட எவ்வளவு நேரம் எடுக்கும்.

சீதாவக்கை ராஜதானிக்குப் புதிதாக இணைந்த கண்டியின் பொறுப்பாளராக வீரசுந்தரவை நியமித்திருந்தாலும் ராஜசிங்கனின் மனதிலிருந்த சங்கடங்கள் நாளுக்கு நாள் ராட்சத கோலமெடுத்து வளர்ந்து வந்தன. சந்தேகத்தின் முடிவு வேறென்னவாக இருக்க முடியும். தனது ஆட்களை அனுப்பி, வீரசுந்தரவை சீதாவக்கைக்கு வரவழைக்கிறார் இராஜசிங்கன். நம்பி வந்தவனது கதை கந்தலாக்கப்பட்டது.

வீரசுந்தரவின் மகன் கொனப்பு பண்டாரவின் மனதில் இந்தச் சம்பவம் ஆழமாக வேரூன்றிவிடுகிறது. தந்தையைக் கொன்றவனைப் பழி தீர்ப்பதாக சபதம் பூண்டு மிகுந்த கவலையுடனும் கோபாவேசத்துடனும் கொழும்புக் கோட்டையை நோக்கித் தப்பிச் செல்கிறான். அங்கே பொம்மையரசர் தர்மபால வீற்றிருக்கிறார். கொனப்பு பண்டார சரணடைந்த செய்தி கோவாவுக்கு அறிவிக்கப்படுகிறது.

போர்த்துக்கேயர்கள் துடிதுடிப்பான கண்டிச் சிறுவனைக் கண்டு மகிழ்ச்சியுடன் ஏற்றுக் கொள்கிறார்கள். அவனைக் கிறிஸ்துவ மதத்தைத் தழுவ வைத்து, 'டொன் ஜுஆன் ஆஸ்ட்ரியா' என்று பெயர் சூட்டுகிறார்கள். டொன் ஜுவானை கோவாவுக்கு அனுப்பி, கல்வி புகட்டி, யுத்தக்கலையில் தேர்ச்சியுற வைத்து மீண்டும் அழைத்து வருகிறார்கள். கண்டியிலிருந்த சீதாவக்கைப் பிரதிநிதியை எதிர்த்துப் போராட, கத்தோலிக்க சமயத்தைத் தழுவிய சிங்களச் சிங்கக்குட்டி தயாராகிவிட்டது.

வந்த கையோடு, கண்டியில் மாபெரும் கலவரமொன்றை ஏறுபடுத்துகிறான். சீதாவக்கையின் பிரதிநிதிகள் கதிகலங்கிப் போகிறார்கள். இது என்ன புதியதொரு இளைஞன் பிரச்சினை பண்ணிக்கொண்டிருக்கிறான் என்று புலம்பி சமாளிக்க முடியாமல், சீதாவக்கைக்குக் கிளம்பிவிடுகிறார்கள் மாளிகையில் இருந்தவர்கள்.

"மன்னார் கோட்டையிலிருந்த குசுமாசனதேவியும் அவளது கணவன் யமசிங்க பண்டாரவும் கண்டிக்கு வரும் சமயம் வந்து விட்டது. கொனப்பு பண்டார, வெற்றிகரமாக எதிரிகளை வெளியேற்றிவிட்டான்" என்பதாகத் தீர்மானிக்கின்றனர் போர்த்துக்கேயர். அவர்கள் பார்த்திருக்க வளர்ந்தவர்கள் இந்தத் தளிர்கள். இவர்களை வைத்தே இனி மொத்த நாட்டையும் பிடித்துவிடலாம், என்று கற்பனைக் கோட்டை கட்டினார்கள்.

அதன்படி, குசுமாசனதேவியாகிய தோன கதரினாவும், அவளது கணவன் யமசிங்க பண்டார ஆகிய தொன் பிலிப்பும் கண்டி நகரினை நோக்கி வரவழைக்கப்படுகிறார்கள். தோன கதரினா அப்போதுதான் பதினொரு வயதை எட்டியிருந்தாள். இந்தக் களேபரத்துக்கு மத்தியில் அவளை அழைத்து வருவது ஆபத்தானது என்று கருதியமையால் தொன் பிலிப் மட்டும்

நானூறு போர்த்துக்கேய வீரர்களுடன் செங்கடகல நகரத்தை வந்தடைகிறான். துணைக்கொரு இரும்புத் தூண் போல, கொனப்பு பண்டாரவும் அவர்கள் பக்கம் இருந்தான்.

வருடம் கி.பி. **1592.** கண்டியில் தொன் பிலிப்பின் மன்னராட்சி ஆரம்பமாகிறது. சில காலங்களே ஆகியிருக்கும். மிகவும் சந்தேகத்துக்கு இடமான முறையில் தொன் பிலிப் இறப்பெய்துகிறான். உணவில் விஷம் வைத்து அரசனின் கதையை யாரோ முடித்திருக்கிறார்கள். யாரது? மாளிகைக்குள் சர்ச்சை பூதம் கிளம்பத் தொடங்குகிறது.

போர்த்துக்கேயர், கொனப்பு பண்டார என்கிற தொன் ஜுஆனைக் குறிவைத்துப் பேசினார்கள். அவனுக்கோ, அவர்கள் மீது மட்டுமே சந்தேகமாக இருந்தது. இருபக்கமும் சந்தேகங்கள் வலுவடையத் தொடங்கி, ஒரு கட்டத்தில் போர்த்துக்கேயரை துவம்சம் செய்து அனுப்பிவிட்டுத் தானே மன்னனாக முடி சூடிக் கொள்கிறான் தொன் ஜுஆன். அவனது புதிய பெயர் ‘விமலதர்மசூரிய’.

விமலதர்மசூரிய மன்னன், கோவாவில் சென்று, கத்தோலிகாக சமயமும், போர்க்கலையும் கற்றவன். அவனது ஆட்சி, கண்டி மக்களைத் துன்புறுத்தும் என்று நம்பியிருந்த அனைவரும் ஆச்சரியமடைந்தார்கள். அவனது ஆட்சியோ அமோகமாகவே நடந்தது.

சீதாவக்கையிலிருந்த ராஜசிங்க மன்னர், இந்தப் புதிய இளைஞனை வீழ்த்தும் எண்ணத்துடன் படையெடுத்து வந்தார். கண்டி நகரினுள் நுழைவதற்கு முன்னதாகவே, பலன நுழைவாயிலில் வைத்து, மாபெரும் மோதல் ஆரம்பிக்கிறது. கூர்மையான வாள் போன்றிருந்த விமலதர்மசூரியனின் யுக்திகளையும் வீரத்தையும் எதிர்கொள்ள முடியாத சீதாவக்கை ராஜசிங்க மன்னர், தோல்வியுடன் திரும்புகிறார். வழியில் அவிஸ்ஸாவெல்ல நகரத்துப் பூங்காவொன்றில் காலில் மூங்கில் கீறலொன்று குத்தியதில் சுகவீனமாகிறார் ராஜசிங்க மன்னன். முள் நஞ்சாகி, கி.பி.**1593**இல் மரணமடைகிறார்.

ராஜசிங்கனின் மறைவினால் அதிகம் பலனடைந்தவன் அவனது அமைச்சரவையில் உயர் பிரமுகராக இருந்த ஜயவீர பண்டார

முதலி! மொத்த சொத்தும் அவனது கைகளுக்குள் திடீரென்று வந்தமர்ந்து கொள்கிறது. அவன் போர்த்துக்கேயரிடம் சரணடைகிறான்.

கோட்டையிலிருந்த போர்த்துக்கேயத் தளபதிக்கு, மாபெரும் தலையிடியாக இருந்த சீதாவக்கைப் பகுதி, ஒருவாறு கட்டுக்குள் வந்துவிட்டது. வட இலங்கையையும் 1591 இலேயே கைப்பற்றி இருந்தார்கள். எஞ்சியிருக்கும் இந்த மத்திய மலைநாட்டையும் பிடித்துவிட்டால் சோலி முடிந்தது என்று கருதினார்கள்.

அந்தச் சமயத்தில்தான், மிகப் புகழ்பெற்ற தளபதி, பெட்ரோ லோபைஸ் த சொய்ஸா, லிஸ்பனிலிருந்து கோவா போய்க்கொண்டிருந்தார். போகும் வழியில் நீர் அருந்தி, ஆசுவாசப்படுத்திக்கொள்வதற்காக சிலோனில் தரையிறங்கியிருந்தார்.

அவரை, இலங்கையின் ஐரோப்பியத் தளபதி, சந்திக்கப் போகிறார். கண்டி நகரைக் கைப்பற்றுவதற்காக ஆலோசனை கேட்கிறான். மொத்தக் கதையையும் கவனமாக உள்வாங்கிய சொய்சா, நல்லதொரு முடிவுடன் திரும்பிவருவதாகக் கூறி, கோவா செல்கிறார்.

அவர்களது மகா சபையில் சிலோன் விவகாரம் சமர்ப்பிக்கப்படுகிறது. கண்டியின் இயற்கை அரண்களைக் கடந்து, தங்கள் கைகளால் வளர்த்தெடுத்த போர் வீரரான மன்னனை அணுக வழிகளை ஆராய்கின்றனர். திறமையான ஐரோப்பிய வீரர்கள் எண்ணூறு பேரை அனுப்பி, உள்நாட்டுப் படைகளையும் வைத்து, மாபெரும் ஆக்கிரமிப்பொன்றை நடத்துவது என்று முடிவாகிறது. அத்துடன் சிறுமி, இளம் விதவை ராணி தோன கதரினாவையும் போர்த்துக்கேய தளபதி ஒருவர் மணந்து கண்டிக்கு உரிமை பெறுவதாகவும் தளபதி சொய்ஸா இனிமேல் 'சிலோனின் கவர்னர்' என அழைக்கப்படுவார் என்றும் தீர்மானங்கள் நிறைவேறின.

உள்ளூர்க்கூலிப்படையான லஸ்கரிஞ்ச படையின் 15000 வீரர்கள், சீதாவக்கை முதலியின் வீரர்கள், ஐரோப்பிய வீரர்கள் என்பதாக சுமார் 20000 பேர் கொண்ட ஆர்மி, கண்டியை நோக்கித் திரண்டு வருகிறது.

கடல் மட்டத்திலிருந்து 450 மீற்றர் உயரத்தில் அகம்பாவமாக அமர்ந்திருக்கும் கண்டி நகரில் கால் வைத்து விடுவார்களா? படைகள் பலன பகுதியைத் அடைந்த போதே ஒரு விசயம் நன்கு புரிந்தது. எங்கு திரும்பினாலும் கழுத்தை அமுக்கும் மலைகள், கடும் குளிரான காலநிலை, ஏறினாலும் வழுக்கும் பாறைகள். அடர்ந்த பச்சை மழைக்காடு ,அதற்குள் ஒளிந்திருக்கும் கண்டிப்படை.

தந்துரே யுத்ததில் முஸ்லிம் வீரர்கள் சிங்கள வீரர்களுடன் சரிக்குச் சமமாக நின்று போரிட்டார்கள். கண்டி ராஜ்ஜியத்தில் வாழ்ந்திருந்த இந்த இரண்டு இனங்களும் மென்மேலும் ஐக்கியப்பட்ட ஒரு மாபெரும் யுத்தம் அது.

கண்டிப் படைக்கு விமலதர்மசூரிய மன்னனும், ஏகநாயக்க முதலியும் தலைமை தாங்கினார்கள். சுமார் பத்தாயிரம் வீரர்கள் படையில் இருந்தார்கள். 1594ஆம் ஆண்டு, ஜூலை மாதம், போர் ஆரம்பமானது. போர்த்துக்கேயரின் சகலவிதமான சூட்சுமங்களையும், யுத்தோபாயங்களையும் கரைத்துக் குடித்தவன், விமலதர்மசூரியன். என்னென்ன வழிகளில் ஆயுதம் கொண்டு தாக்குவார்கள் என்பது முதற்கொண்டு, படையின் பலவீனங்கள் எல்லாமே அவனுக்கு அத்துப்படி.

கண்டியின் மலை முகடுகளும், மகத்தான மக்களும் கூடவே இருந்த தைரியத்தில் வியூகம் அமைத்துப் போர் புரிந்தான். கெரில்லாத் தாக்குதல் முறை, முதலில் பின்வாங்கிப் பின்னர் திடீரென்று தாக்கும் முறை போன்ற யுக்திகளைக் கையாண்டது அவனது படை.

மொத்தத்தில் கோவாவில் பயின்ற நுணுக்கங்களுடன் கண்டிய நுணுக்கங்களையும் கலந்து புத்திசாலித்தனமாகப் போரிட்டான் விமல.

யுத்தத்தில் ஒரு முஸ்லிம் தளபதி போர்த்துக்கேயரினால் கைதாகினார். அவர் தளபதியாக மட்டுமல்லாது கோபால பரம்பரையின் மருத்துவராகவும் கடமை புரிந்தவர். அவரை விடுவிப்பதற்காக, விமலதர்மசூரியன் ஐயாயிரம் வெள்ளி நாணயங்களை வழங்குகிறார். இருந்தும் அவரை விடுதலை செய்யாது, கரச்சேதம் (கொலை என்றும் சொல்லப்படுகிறது.

எப்படியோ இதன் பின்னர் அந்த மருத்துவருக்கு நடந்தது என்னவென்று தெரியவில்லை) செய்தனர் போர்த்துக்கேயர். இந்த யுத்தம் விமலதர்மசூரியன் பற்றிக் கண்டி மக்களுக்கிருந்த பெரும் முறைப்பாடுகளை இல்லாமல் செய்தது.

தோன கதரீனாவை மணந்து அதிகாரபூர்வ அரசனாகப் பரிணாமம் எடுக்கிறான் விமலதர்மசூரிய. அவர்களது திருமண வைபவம் சுமார் நூறு நாட்கள் வரை கோலாகலமாக நடைபெற்றது. மொத்த நகரமும் விருந்துண்டு, வீதிக் களியாட்டங்களில் ஈடுபட்டு மகிழ்ந்தது. கையோடு தந்த தாதுவையும் தல்கமுவ ராஜ விகாரையிலிருந்து எடுத்து வந்து பாதுகாப்பாக வைத்துக்கொள்கிறார். மாட்சிமை பொருந்திய மன்னராகிவிட்டார் அல்லவா. இனி அவர் இவர் என்று விளிப்பதுதானே பண்பாடு. தனது அரச மாளிகைக்கும் பக்கத்திலேயே தலதா மாளிகையைக் கட்டி தாதுவைப் பத்திரப் படுத்துகிறார்.

போரில் படுதோல்வியடைந்த போர்த்துக்கேயர்களில் தொண்ணூற்று மூன்று பேர் கைதாக, மிகுதிப் பெரும் கூட்டம், வானலோகம் போயிருந்தது. மூன்று மாதகாலக் கடுமையான யுத்தத்தின் முடிவில் தப்பிப் பிழைத்த வெகு சொற்பமான போர்த்துக்கேயர், கொழும்பு திரும்பினர்.

13. ஏ பெண்ணே

'சாந்தியும் சமாதானமும் வேண்டுமா? போருக்கு ஆயத்தம் செய்' என்றொரு சீன வாசகம் இருக்கின்றது.

தந்துரே வெற்றியின் பின்னர், பல்லாயிரக்கணக்கான நவீன ரக ஆயுதங்களைத் தமதாக்கிக்கொள்கின்றது கண்டி ராஜாவின் படை. முன்னிருந்ததை விடப் பன்மடங்கு பலமான இராணுவமாக உருவெடுக்கிறது. பலன பகுதியில் பாதுகாப்பு அரண்களை அமைக்கிறார் விமலதர்மசூரியன். இனிமேல் கண்டியை நோக்கி வரப்போகும் எப்பேர்ப்பட்ட படையும் கண்களில் தப்பாமல் கவனிக்கப்பட வேண்டும். எந்த எதிரியும் நகரின் நுழைவாயிலைத் தாண்டி ஒரு எட்டு வைக்கக் கூடாது என்று தீர்மானிக்கிறான்.

விமலதர்மசூரியனின் சூரத்தனங்கள் இப்படி இருக்க, கொழும்பு கோட்டையில் சுகவீனமுற்றிருந்த தொன் ஜுஆன் தர்மபால, தனது கடைசி நாட்களில் போர்த்துக்கேயரின் வீட்டுக் காவலில் இருக்கிறான். 1597 இல் இறக்கும் தறுவாயில் மொத்த ராஜ்யத்தையும் அவர்களுக்கு எழுத்து மூலம் தாரை வார்த்துக் கொடுத்து விட்டுக் கண்மூடுகிறான். இலங்கையின் முதலாவது கிறிஸ்தவ அரசனான அவனது சமாதி, தற்போது ஜனாதிபதி மாளிகை அமைந்திருக்கும் இடத்தில் உள்ளது.

தோன கதரினாவின் கரம் பற்றியிருந்த விமலதர்மசூரியனோ பௌத்த மக்கள் மிக விரும்பும் ராஜவாகிறார். அவரது காலத்தில்

1602 இல் மீண்டும் திரும்பி வர முயன்ற போர்த்துக்கேய இராணுவம், பலனயில் வைத்தே தோற்கடிக்கப்பட்டு திருப்பியனுப்பப்படுகிறது.

இப்படியிருக்கையில் 1602ஆம் ஆண்டில் ஒல்லாந்தக் கப்பலொன்று இலங்கைக் கரையை அடைகிறது. ஐரோப்பாவின் நெதர்லாந்து நாட்டைச் சேர்ந்த வணிகர்கள் சிலர், படைகள், பண்டங்கள் சகிதம் சிலோன் நாட்டைத் தரிசிப்பதற்கு வந்திருந்தார்கள். கண்டியில் மன்னனைச் சந்தித்து, எதிர்காலத் திட்டங்கள் பற்றியும், உலக வர்த்தகம் பற்றியும் உரையாடினார்கள். 'ஈஸ்ட் இண்டியா கம்பனி' என்ற பெயரில் கறுவா வியாபாரத்தைப் பெரிய அளவில் மேற்கொள்ள இருப்பதாகத் தெரிவித்துவிட்டுச் சென்றுவிட்டார்கள்.

ஒரு வருடத்துக்குள் மீண்டும் வந்து, கரையோரங்களைப் பீடையாய்ப் பிடித்திருந்த போர்த்துக்கேயரை அழிப்பதற்குத் திட்டமிட்டார்கள். இந்த முறை, விமலதர்மசூரிய மன்னன், காலிக் கரைக்கே வந்திருந்தார். கப்பலை ஒரு தடவை சுற்றிப் பார்க்கும்படி கேட்கிறார்கள் ஒல்லாந்தர்கள்.

என்னதான் எதிரியும் எதிரியும் நண்பர்களானாலும் கப்பலொன்றுக்குள் போய் ஏறுமளவுக்கு ஐரோப்பியரை நம்பத் தயாராக இருக்கவில்லை மன்னன். நாசூக்காக மறுத்து விடுகிறார். நன்றாகக் குடித்து, உச்ச போதையிலிருந்த கப்பல் கேப்டனைப் பார்த்து 'மனைவி தோன கதரினா மாளிகையில் தனியாகக் காத்திருப்பாள்' என்பதாகக் கூறி நைசாக விலக நினைக்கிறார். ஆனால் கதை வேறு மாதிரி போய்விடுகிறது. ஒல்லாந்தக் கூட்டத்தின் தலைவன், பட்டத்து ராணியை அவமதிப்பது போன்ற வாசகமொன்றை உதிர்த்துவிடுகிறான். கடும் கோபம் கொண்ட மன்னன்,

"இந்த நாயைப் பிடித்துக் கட்டுங்கள்" என்று கட்டளையிடு கிறார். அவரது சேவகர்களோ, அவசரப்பட்டு கப்பலிலிருந்த நாற்பத்தேழு பேரையும் கொன்றுவிடுகின்றனர். விமலதர்ம சூரிய மன்னன் காலத்தில் ஒல்லாந்தர் வருகை இவ்வாறு நிறைவடைந்தது.

அதன் பின்னர் இரண்டு வருடங்கள் சீரும் சிறப்புமாக ஆட்சி செய்த தர்மசூரியன் அமைதியாக விண்ணுக்குக்

கிளம்பிவிடுகிறார். மீண்டும் விதவையாகிறாள் தோன கதரீனா. அவளை மூன்றாவது முறையாகக் கைப்பற்றிக் கொண்டவன் சேனரத். அதாவது விமலதர்ம சூரியனின் மைத்துனன். கதரீனாவையும் கூடவே அவளது இரண்டு மகள்களையும் திருமணம் முடித்து, தனது மணிமுடியை உறுதியாகத் தலைமீது வைத்துக் கொள்கிறான்.

சர்வதேசக் கவனயீர்ப்பைப் பெற்ற நிகழ்வொன்று இக்காலப் பகுதியில் நடந்தது. ஸ்பெயினில் இருந்த முஸ்லிம்கள் அனைவரும் அக்காலத்து ஐரோப்பியர்களால் பலவந்தமாக வெளியேற்றப்பட்டார்கள். ஆர்மடா யுத்தத்தில் ஸ்பெயின் படு தோல்வியடைந்த கோபத்தை அநியாயத்துக்கு முஸ்லிம்கள் மீது பாய்ச்சியதன் விளைவே அந்தப் பலாத்கார வெளியேற்றத்துக்குக் காரணம். போர்த்துக்கேயரும் ஸ்பானியரும் ரோமன் கத்தோலிக்கர்கள். எத்தனை அரசியல் வேறுபாடுகள் இருந்தாலும் மத ரீதியாக ஒன்றுபட்டவர்கள். இருவருக்கும் பொது எதிரி, முஸ்லிம்கள்!

இதன் பலன், இலங்கை போன்ற நாடுகளில் போர்த்துக்கேயர், தமது ஆட்சிக்குட்பட்ட பிரதேசங்களில் வாழ்ந்த முஸ்லிம்களை வெளியேற்றத் தொடங்கினர். கோட்டையிலிருந்த கிறிஸ்தவ மதகுருமார் இப்பணியில் முன் நின்று வேலை செய்தனர்.

கண்டி அரசர்களோடு முஸ்லிம்கள் கொண்டிருந்த பிணைப்பும், ஏற்றுமதிப் பொருளாதாரத்தில் அவர்களுக்கிருந்த அபரிமிதமான ஆற்றலும் போர்த்துக்கேயரின் வெறுப்பைப் பன்மடங்காக்கின.

வரலாற்றில் இரண்டாம் முறையாக, கோட்டை முஸ்லிம்கள் அனைவரும் உடுதுணிகளோடும் பெற்ற பிள்ளைகளோடும் விரட்டப்பட்டார்கள். 1626இல் நடந்த இந்த மாபெரும் இனச்சுத்திகரிப்பு நடவடிக்கையால் முஸ்லிம்களின் சாமான்ய ஜீவிதமும் பொருளாதாரமும் பெருமளவில் வீழ்ந்து போனது. எனினும் கண்டி மன்னன் சேனரத், அவர்களை ஆதரித்தார். கண்டி ராச்சியப் பகுதிகளுக்குள் அவர்களை குடியமர்த்திக் கொண்டார். கிழக்கு மாகாணத்தின் மட்டக்களப்பில் மாத்திரம், நான்காயிரம் பேர் குடியேறினார்கள்.

வந்தவர்கள் கண்டி மன்னனின் கைகளை மென்மேலும் பலப்படுத்தினார்கள். ஆபரணக் கலைஞர்களாகவும்,

விவசாயத்தில் தேர்ச்சி பெற்றவர்களாகவும், இராணுவ வீரர்களாகவும் தமது பங்களிப்பை வழங்கினார்கள். அன்றைய வெளியேற்றத்தால் மொத்தம் எத்தனை அகதிகள் தோன்றினார்கள் என்பது குறித்த புள்ளிவிவரங்கள் எதுவும் கிடையாது. போர்த்துக்கேய காலத்தில் வாழ்ந்த முஸ்லிம்கள் குறித்த பல தகவல்கள் அழிக்கப்பட்டு விட்டன. அதே போல, ஆரம்ப கால அரபிகள் பற்றிய ஆவணங்களையும் அவர்கள் அழித்தார்கள்.

செனரத் மன்னன் தனது நோய் நொடிகளுக்கு யூனானி எனப்படும் பாரம்பரிய மருத்துவத்தை மட்டுமே நம்பியிருந்தார். காலியில் வாழ்ந்த 'காலி வெதராலகே' எனும் முஸ்லிம் வைத்திய குடும்பமொன்றை கண்டி ராஜதானியில் வந்து தங்குமாறு அடிக்கடி அழைப்பு விடுத்த வண்ணம் இருந்தார்.

சுல்தான் குட்டியா என்ற அந்த மருத்துவர் கண்டி அரச சபையில் நிகழ்த்திய மருத்துவ சாகசம் மன்னனை பிரமிப்பில் ஆழ்த்தியிருந்தது. அவரது தேர்ச்சிக்குப் பரிசாக, அவரை அரச மருத்துவராக நியமித்துக் கம்பளைப் பகுதியில் காணிகளையும் வழங்கினார். தற்போது அப்பிரதேசம் 'கஹட்டபிடிய' என அழைக்கப்படுகிறது.

செனரத் மன்னனின் பல புத்திரர்களில் அவருக்கு மிக விருப்பமானவனாக இருந்தான் 'அஸ்தான' என்ற இளவரசன். அடுத்த முடிக்குரியவனாக அவனை அறிவித்து, மற்றவர்களின் வெறுப்பைச் சம்பாதித்து வைத்திருந்தார் செனரத் மன்னன்.

சொல்லிக்கொள்ளும்படியான ஆட்சியாளராக இல்லாவிடினும் மகன் அஸ்தான குமாரனுடன் செனரத் மன்னன் கலந்து கொண்டு வெற்றியீட்டிய யுத்தமொன்றிருக்கிறது. அதுதான் வெல்லவாய போர்! 1630ஆம் ஆண்டு அது நடந்தது.

போரில் ஒரு விஷேட படை கலந்து கொண்டது. முஸ்லிம்களின் ஒட்டகப்படை. அஸ்தான குமாரன் எனப்படும் இரண்டாம் ராஜசிங்கன், முஸ்லிம்களிடம், ஒட்டகப் படையொன்றுடன் வருமாறு வேண்டுகோள் விடுத்திருந்தான். போர்த்துக்கேயர் இந்தமுறை, பதுளைப் பகுதியினூடாக வந்து ஊடுருவ முயன்றனர். செனரத்தின் இளைய குமாரன் ராஜசிங்கன் தலைமையில் சிங்கள, முஸ்லிம் ராணுவ வீரர்கள்

கடுமையாகப் போரிட்டனர். அகோர மழை வேறு பொழிந்து கொண்டிருந்தது. போர்த்துக்கேயர்களின் துப்பாக்கி வெடி மருந்துகள் மழைநீரில் கழுவப்பட்டு வடிந்தோடின. இறுதியில் படுதோல்வியடைந்தார்கள். அனேகமானவர்கள் கொல்லப்பட்டு நூற்றுக்கும் அதிகமானோர் பணயக் கைதிகளானர்.

இந்த யுத்தக் காட்சியை அழகிய ஓவியமாக வரைந்தெடுத்த ராஜசிங்கன், ஹங்குரங்கெத்த தேவாலயத்திற்கு அன்பளிப்பு செய்தான். ஒட்டகப் படையும் அதில் அமர்ந்திருந்த முஸ்லிம்களையுமே ஓவியம் விருந்தளிக்கிறது.

ஒட்டகங்களை இலங்கை முஸ்லிம்கள் வைத்திந்தமைக்குச் சான்றாக, கிழக்காபிரிக்காவிற்கே உரித்தான 'பாஓபா' மரங்கள் இலங்கையில் இருப்பதைக் காணலாம். மன்னார் பள்ளிமுனைப் பகுதியில் சுமார் 800 ஆண்டுகள் பழமையான பாஓபா மரமொன்று இருக்கிறது. தோற்றத்தில் வேரைக் கவிழ்த்து வைத்தது போல இருக்கும். மழைக் காலத்தில் அதிகம் நீரை ஊறிஞ்சித் தேக்கி வைத்துக்கொண்டு கோடையில் கொடையாகக் கொடுக்கும் அந்த மரம். அரபு வணிகர்கள் இலங்கையில் அறிமுகப்படுத்திய இம்மரத்தை இப்போது அரசாங்கம் பாதுகாத்து வருகிறது.

வெல்லவாய போர் முடிந்து சிறிது காலத்திலேயே இராஜ சிங்கனின் முடிசூட்டு விழா நடக்கிறது. அவனது ஏனைய இரு சகோதரர்களுக்கும் ஆளுக்கொரு பகுதியை உயில் எழுதிக் கொடுத்து விட்டுப் போய்ச் சேர்ந்துவிடுகிறார் தந்தை செனரத்.

ராஜசிங்கனது சபையில் 'ஹேவாபண்ண' என்கிற தனிப்பட்ட மெய்ப்பாதுகாவலர் படையொன்று இருந்தது. அறுநூறு முஸ்லிம் வீரர்களைக் கொண்டிருந்தது அந்தப் படைப்பிரிவு.அரசருக்கும் இளவரசர்களுக்கும் பிரத்தியேகமாகக் காவல் காப்பதற்கென்றே அமைக்கப்பட்டிருந்தது. தனிப்பட்ட பாதுகாவலர்கள் என்றால் துயிலெழும் நேரம் முதற்கொண்டு காதலியைச் சந்திக்கப் போவது வரை சகலமும் அறிந்தவர்கள் இல்லையா? முஸ்லிம்கள் மீது அத்தனை நம்பிக்கை கொண்டிருந்தார்கள்.

போர்த்துக்கேயரிடம் ஒரு பழக்கம் இருந்தது. அடிக்கடி கண்டியைச் சீண்டிக்கொண்டே இருந்தார்கள். கோபமூட்டும் செயல்களில் ஈடுபட்டார்கள். அப்படித்தான் ஒருமுறை

டியாகோ டி மெலோ, தளபதியாக இருந்த காலம். இராஜசிங்க மன்னன் பிரபலமான வியாபாரி ஒருவருக்கு கௌரவப் பரிசாக யானை ஒன்றை வழங்குகிறார். அந்த யானையைத் தளபதி டியாகோ பறித்துக்கொள்கிறான். கோபமடைந்த மன்னன், தனது அடியாட்கள் மூலமாக, டியாகோவின் இரண்டு குதிரைகளைப் பறிமுதல் செய்கிறார்! இது போதுமே அவர்களுக்கு. கிடைத்தது வாய்ப்பென்று மீண்டும் படையோடு கிளம்பி வந்தார்கள்.

இந்தச் செய்தியை முன்கூட்டியே அறிந்த இராஜசிங்க தரப்பினருக்கு, திடீர் யுத்ததுக்குத் தயார்படுத்திக்கொள்ள அவகாசம் தேவைப்பட்டது. கண்டி அங்காடித் தெருக்களைக் காலியாக்கிவிட்டு எங்கெங்கோ போய் ஒளிந்துகொண்டனர். வந்திறங்கிய போர்த்துக்கேயர், கோபாவேசத்துடன், கடைகளையும் வீடுகளையும் கொளுத்திவிட்டு, திரும்பிப் போகத் தொடங்கினர். போக விட்டார்களா? கண்ணொருவ நகரில் அவர்களைச் சூழ்ந்துகொண்டது இராஜசிங்கப் படை. தீவிர ஆயத்தத்துடன் சுற்றிலும் உள்ள பாதைகளை மூடி, தாக்கத் தொடங்கினர். கடுமையான தோல்வியை சந்தித்தனர் ஆக்கிரமிப்பு அணியினர். ஆறாயிரம் வீரர்களில் முப்பத்து மூன்று பேர் மட்டுமே உயிருடன் எஞ்சினார்கள். **1638** மார்ச் மாதம் நிகழ்ந்த இந்தப் போரில் மன்னனின் படையிலிருந்த முஸ்லிம்கள் பெருமளவு வீரதீரச் செயல்கள் புரிந்தனர். அவர்களுக்கு கௌரவப் பரிசாகக் கிடைத்த கிராமமே மத்திய மாகிணத்தின் 'அக்குறன' கிராமமாகும். கண்டியப் பெண்களை மணந்து கொண்ட முஸ்லிம் வீரர்கள், அக்குறணையில் போய்க் குடியேறினார்கள்.

அங்கே கோட்டையில் தர்மபாலவின் மறைவுடன் கையொப்பமிட்டுக் கிடைத்த ஆட்சியுரிமையை இஷ்டத்துக்குப் பிரயோகித்து வந்தார்கள் போர்த்துக்கேயர்கள். முஸ்லிம்களை வெளியேற்றும் நடவடிக்கைகள் இடைக்கிடையே பருவகாலப் பரிசுப் பொருட்கள் போல வெவ்வேறு டிசைன்களில் நடந்தேறின. துன்புறுத்தல்களும் குறைவில்லாத சீதனமாகக் கிடைத்தன.

ஆனால் அத்தனையையும் தூக்கிச் சாப்பிடும்படியான ஒரு விபரீத சம்பவம் தளபதி கொன்ஸ்டா டீ நொரின்ஹா என்பவரின் காலத்தில், **1642** இல் நிகழ்ந்தது.

தென்னிலங்கையின் மாத்தறை பிரதேசத்தில் வாழ்ந்து வந்த இருநூற்றுச் சொச்சம் முஸ்லிம்கள் பட்டப்பகலில் வெட்டிக் கொலை செய்யப்பட்டனர். பெண்களும் குழந்தைகளும் நொரின்ஹா தலைமையில் கொழும்புக்கு கொண்டு வரப்பட்டனர். மசூதிகள் தரைமட்டமாக்கப்பட்டன. வியாபார நிலையங்கள் தீக்கிரையாகின. இத்தனைக்கும் இந்த முஸ்லிம்கள் சீதாவக்கை ராஜசிங்கன் காலத்திலிருந்து மன்னனுக்கு நிலவரி செலுத்தி வந்தவர்கள்.

1613 களில், போர்த்துக்கேயர், மாத்தறை, காலி, பென்தோட்ட, அளுத்கம, பயாகல, மக்கொண, பேருவல, களுத்தற, கொழும்பு, நீர்கொழும்பு, மாதம்ப, சிலாபம், புத்தளம் பகுதி முஸ்லிம்களை இரண்டு வகையான சட்ட ஆவணங்களில் பதிவு செய்தனர். 'தோம்பூ' எனப்படும் இந்த நிலப்பதிவேட்டில் ஒரு பகுதி முஸ்லிம்கள் சுதேசிகளாகவும், நிரந்தரக் குடியிருப்பாளர்களாகவும் பதியப்பட்டனர். அடுத்த பகுதியினரைக் கரையோர முஸ்லிம்களாக அடையாளப்படுத்தினர். அதாவது, இலங்கை, இந்தியா, இரு நாடுகளிலும் குடும்பங்கள் கொண்ட ஒரு குழு.

பிரித்தாளும் இந்த சூழ்ச்சியினால் முஸ்லிம்கள் பல்வேறு நஷ்டங்களுக்கு முகம் கொடுத்தனர். இருந்த போதிலும் போர்த்துக்கேயப் பண்டசாலைகளில் நிதிப் பொறுப்பாளர்களாக, பல முஸ்லிம்கள் தவிர்க்க முடியாமல் நியமிக்கப்பட்டிருந்தார்கள். காரணம் முஸ்லிம்களின் நாணயம். சுதேசிகளாகப் பதியப்படாதவர்களே, வரி செலுத்தி வந்தவர்கள். அவர்களைத் துன்புறுத்துவதில் போர்த்துக்கேயருக்கு அலாதி சுகம் இருந்தது.

கண்டியில், ராஜசிங்கன் கண்ணொருவப் போருக்கு முன்னும் பின்னும் ஒல்லாந்தருடன் சில பேச்சுவார்த்தைகளில் ஈடுபட்டிருந்தார். போர்த்துக்கேயருடன் சமாதானமாகப் போவதற்கும் சில போது அவர்களை வெளியேற்றுவதற்கும் அவர்களின் உதவியை நாடியிருந்தார். அவரது ஒரு சகோதரன் உயிரிழந்தமையால் தந்தையிடமிருந்து உயிலாகப் பெற்ற அவனது ஆட்சிப் பிரதேசத்தை இராஜசிங்கன் தனது பகுதியுடன் இணைத்துக் கொண்டார். பதுளைப் பிரதேசம் இதன் மூலம் கண்டி ஆட்சிப் பிரதேசமாக மாறியது. மாத்தளைப் பகுதிக்கு

மன்னனாக இருந்த விஜயபாலன் இதற்குக் கொஞ்சமும் உடன்படவில்லை. நேரடியாய் போர்த்துக்கேயரிடம் போய், பேச்சுவார்த்தையை ஆரம்பித்தான்.

இராஜசிங்கனும் பதிலுக்கு, ஒல்லாந்தரோடு உரையாடல்களைத் துரிதப்படுத்தவே கோபமடைந்த போர்த்துக்கேயர், சிறு படையுடன் கிளம்பி வந்தார்கள். திடுதிப்பென்று வந்த இந்தப் படையை எதிர்கொள்ள முடியாத இராஜசிங்க மன்னரோ, ஓடிப் போய் ஒளிந்துகொண்டார்.

கண நேரமாய் கண்டி ராஜ்யத்தின் மூலை முடுக்குகளிலெல்லாம் புகுந்து ஓடிக் களைத்த மன்னன், கடைசியில் பெரிய பலா மரமொன்றைக் கண்டு சற்றுத் தாமதிக்கிறார். பக்கத்தில் ஒரு முஸ்லிம் பெண் மாட்டுக் கொட்டகை அமைத்து, பால் கறந்துகொண்டிருந்தாள். பலா மரத்தில் ஒரு பெரிய பொந்து தெரிந்தது.

'இதுதான் சரியான இடம்' என்று உடனடியாகப் பொந்துக்குள் புகுந்துவிடுகிறார் மன்னன்.

துரத்தி வந்த போர்த்துக்கேயர், முவ்லிம் பெண்ணைக் காண்கிறார்கள்.

"ஏ பெண்ணே! இந்தப் பக்கமாக வந்த ராஜசிங்க மன்னன், எங்கே போனான்?"

மன்னனைக் காட்டிக் கொடுக்க விரும்பவில்லை பாத்திமா என்ற அந்த மங்கை. அதே சமயம், பொய் சொல்லவும் விரும்பவில்லை. அமைதியாக நிலத்தைப் பார்க்கிறாள். பல முறை அதட்டியும் பலனில்லாது போனமையால் சினங்கொண்டு, பாத்திமாவைக் கண்டம் துண்டமாக வெட்டுகிறார்கள் போர்த்துக்கேயர்கள்!

மறைந்திருந்த ராஜசிங்க மன்னன் குருதி வெள்ளத்தில் கிடந்த சோனகப் பெண்ணைப் பார்த்துக் கடும் சஞ்சலமடைகிறார். நாட்டின் தலைவரைக் காத்த அந்த வீர மங்கையை கௌரவிப்பதற்காக, பிபில நகரில் அமைந்துள்ள 'பங்கரம்மன' என்ற கிராமத்தை அவளது குடும்பத்தாருக்குப் பரிசளிக்கிறார்.

14. ஆயிரம் காலத்துப் பகை

இஞ்சியின் காரம் அதிகமாக இருக்கிறதே என்று சில்லென்று சிவப்பாக இருந்த மிளகாயொன்றைக் கடித்தானாம் அரசன் ஒருவன். யார் அவன்? சாட்சாத் இரண்டாம் ராஜசிங்க மன்னனேதான்.

கண்ணொருவ போர் மூலமாக நிறையப் பாடங்கள் கற்றாயிற்று. 1638 ஆம் ஆண்டு மார்ச் மாதம் போர்த்துக்கேயரை ஓட ஓட விரட்டிய யுத்தம் அது. ஆனாலும் மற்றொரு தடவை அவர்கள் தலையெடுக்காமல் இருக்க, ஏதாவதொரு நிரந்தர வழியைத் தேடிக் கண்டு பிடிக்க வேண்டும். இந்தக் காரியத்தில் உதவக் கூடிய ஒரு படை இருக்கிறது. அவர்கள்தான் ஒல்லாந்தர்!

ஒல்லாந்தர் இடைக்கிடையே சிலோன் பக்கம் வந்து போய்க்கொண்டிருந்தார்கள். விமலதர்மசூரிய மன்னன் காலத்தில் ஒருமுறை கப்பலில் வந்து எக்கச்சக்க சேதாரத்துடன் புறமுதுகிட்டு ஓடிய பின்னரும் கூட அவர்களது கறுவா வணிக முயற்சிகளைக் கைவிட்டிருக்கவில்லை. இராஜசிங்கனின் தந்தை செனரத் மன்னனது காலத்திலும் ஒல்லாந்தருடன் சிறு உடன்படிக்கைகள் நடந்தேறியிருந்தன.

இந்த நிலையில் 1638 மே மாதம், ஒரு நன்னாளில், இரண்டாம் இராஜசிங்க மன்னனுக்கும் ஒல்லாந்தின் கிழக்கிந்தியக்

கம்பனிக்கும் இடையில் ஒரு ஒப்பந்தம் கைச்சாத்தாகிறது. உடன்படிக்கையில் மொத்தம் நான்கு ஷரத்துக்கள்.

முதன்மையான ஷரத்து, போர்த்துக்கேயரை அவர்களின் கோட்டையிலிருந்து துரத்தியடிக்க ஒல்லாந்தர் உதவ வேண்டும். அந்த மகத்தான காரியத்துக்காகச் செலவாகும் பணத்தை, கண்டிப் படை திருப்பி செலுத்துவதற்குப் பதிலாக, கறுவா, மிளகு போன்ற பதார்த்தங்களை ஒல்லாந்தருக்கு வழங்க வேண்டும் என்பது இரண்டாவது நியதியாக இருந்தது. யானை தவிர்த்து ஏனைய அனைத்துப் பண்டங்களின் ஏற்றுமதி வியாபாரமும் ஒல்லாந்தர் வசமாக வேண்டும் என்கிற அடுத்த நியதி கூட வர்த்தகம் சார்ந்ததாகவே இருந்தது. கடைசியாக போர்த்துக்கேயர் வசமிருக்கும் கோட்டைகளைப் பிடித்த பின்னர், ஒல்லாந்து வீரர்கள் உடனடியாகக் காலி பண்ணி விட வேண்டும். மீறித் தங்கியிருப்பதற்கு, கண்டி அரசனின் அனுமதி பெறப்பட வேண்டும் என்ற ஒன்றும் இருந்தது.

பார்த்த பார்வையில் முழு வணிக சமூகமொன்று, தனது வர்த்தகத்தை மேம்படுத்துவதற்காக அரசனோடு ஈடுபட்ட நேர்மையான ஒப்பந்தமாகத் தெரிந்தாலும் பின்னாளில் அதுதான் பெரும் தலையிடியாக மாறிவிட்டது. சொன்ன படியே, மே மாதமே கிழக்கிழங்கையின் கோட்டையிலிருந்து போர்த்துக்கேயர் துரத்தப்பட்டார்கள்.

ஒல்லாந்தரின் நவீன ரகக் கப்பல்களும் ஆயுதங்களும் அவர்களை நிலைகுலையச் செய்தன. படிப்படியாக ஒவ்வொரு கோட்டையாக இழந்தார்கள். இரண்டு வருடங்களில், காலியும் நீர்கொழும்பும் போய்விட்டது. கொழும்பு மட்டுமே இப்போது போர்த்துக்கேயர் வசமிருந்தது.

போர்த்துக்கேயரை அடித்துத் துரத்தும் நற்காரியம் இருக்கட்டும். அது நன்றாகத்தான் நடந்தது. ஆனால் பொருந்தியபடி ஏனைய எந்த நியதியையும் பின்பற்றவில்லை ஒல்லாந்தர்கள். யுத்த செலவினங்களுக்கு கறுவாவைத் தந்து தமக்குக் கட்டுப்படியாகாது என்றும் ,

பணமாகத்தான் திருப்பித் தரவேண்டும் புது நிபந்தனை விதித்தார்கள். அத்தோடு அரசனின் அனுமதி எதுவுமின்றி

கோட்டைகள் தோறும் தம் படைகளைத் தாராளமாய்க் குவித்து வைத்தார்கள்.

1640ல் ராஜசிங்க மன்னன் யூஸுப் லெப்பை என்ற அறிஞரை, இலங்கை அரசு தரப்புப் பிரதிநிதியாக ஒல்லாந்தரிடம் பேச்சுவார்த்தை நடத்த அனுப்பிவைத்தார். ஆனால் ஒல்லாந்தரின் பக்கமிருந்து, கோட்டையை விட்டு நீங்கும் பதில் வரவில்லை.

'பணத்தைத் திருப்பிக் கொடு, போய்விடுகிறோம்' என்பதே ஒல்லாந்தரின் இறுதி முடிவாக இருந்தது.

ஏற்கெனவே ஏகப்பட்ட யுத்தங்களில் கண்டி ராஜதானியின் கஜானா மொத்தமாய்க் காலியாகியிருந்த சமயம் அது. யுத்த உபகாரத்துக்குப் பகரமாக பணம் கொடுப்பது எப்படிப் போனாலும் அன்றாடச் செலவுகளைச் சமாளிப்பதே பெரும்பாடாய் இருந்தது. இந்நிலையில்தான் ஒல்லாந்தரின் நேர்மையற்ற இரும்புப் பிடிக்குள் ஆழமாகச் சிக்கிக் கொண்டது கண்டி ராஜதானி.

1656ஆம் ஆண்டில் ஒல்லாந்தர், கொழும்புக் கோட்டையையும் பிடித்து, முழுப் போர்த்துக்கேய ஆதிக்கத்தையும் சிலோனிலிருந்து தடயம் தெரியாமல் அழித்து இருந்தார்கள். ஆனால் அந்தோ பரியாபம்,கண்டிய மன்னன் இராஜசிங்கனது நிலைமையோ மிகுந்த கைசேதத்துக்கு உள்ளாகிவிட்டது.

வணிகர்களாக வேடமிட்டு, தந்திரமாகத் தம்மை ஏமாற்றிய டச்சுக்காரர்களைப் பழிதீர்ப்பதற்காக உறுதிபூண்டான் ராஜசிங்கன். ஒரு சில கோட்டைகளை அவர்களிடமிருந்து மீட்கவும் செய்தான்.

ஒல்லாந்தர்களைப் பொறுத்தவரையில் இலங்கைத் தீவைப் பிடித்ததை விடவும், கறுவா வர்த்தகத்தில் ஏகபோக உரிமை பெற்று, இந்து சமுத்திரத்தை ஆளக்கிடைத்தது அவர்கள் பெற்ற பெரும் பேறாக இருந்தது.

அந்நாளில் கறுவா என்ற பண்டத்துக்கு ஐரோப்பாவில் இருந்த கேள்வி அசர வைக்கிறது. அதிலும் உலகிலேயே மிகச் சிறந்த கறுவா, இயற்கையாகவே விளையும் பூமி,

இலங்கை. இலங்கையின் மண்ணும், காலநிலையும் அந்தப் பட்டைகளை கமகமக்க வைத்த அளவு வேறு எந்த மண்ணும் செய்யவில்லை. அதிக செலவோ, வேலையாட்களோ வைத்துப் பராமரிப்பதற்குக் கூட அவசியமில்லாமல் அரண்மனைகள் போல வியாபித்து வளர்ந்தன கறுவாக் காடுகள். ஒல்லாந்தருக்கு இதுவொரு அற்புதப் புதையல்!

அவர்கள் இங்கு வந்த கதை சட்டென்று நிகழ்ந்த ஒன்றல்ல. 1602 இலேயே, விமலதர்மசூரியன் காலத்தில் ஒருமுறை ஒல்லாந்தர் இந்தப் பக்கம் வருகை தந்தார்கள் இல்லையா? அது அவர்களின் பயங்கர கஷ்டகாலம்.

அந்தக் காலப் பகுதியில்தான் ஸ்பெயின் நாட்டு அரசன் இரண்டாம் பிலிப், நெதர்லாந்து நாட்டைக் கைப்பற்றியதோடு, மட்டுமல்லாமல் போர்த்துக்கல் நாட்டுடன் திருமண ஒப்பந்தமும் செய்து இணைந்திருந்தார். அவர்களது புதிய சாம்ராஜ்யம், ஒல்லாந்தரை லிஸ்பன் நகருக்குள் வருவதைத் தடுத்தது. அதனால் மிகவும் நொந்துபோன டச்சுக்காரர்கள் தமக்கான திரவியங்களைத் தாமே தேடிக்கொள்வதற்காகப் புறப்பட்டார்கள். ஐரோப்பாவிலிருந்து புறப்பட்டு, தன்னம்பிக்கை முனையைத் தாண்டி, சிலோன் நாட்டைக் கண்டடைந்தார்கள். இங்கேயும் போர்த்துக்கேயர் கால்வைத்து இஷ்டப்படி ஆடிக் கொண்டிருப்பது கண்டு மிகுந்த கோபமடைந்தார்கள். கண்டிய மன்னர்களுடன் மெதுவாகப் பேச்சுவார்த்தைகளை ஆரம்பித்தார்கள். கரையோர முஸ்லிம்களின் உதவியையும் நாடினார்கள். கடைசியில் இப்படிக் கறுவா வணிகத்தின் மொத்த உரிமையையும் தந்திரமாகப் பெற்றுக் கொண்டார்கள்.

முஸ்லிம்களுடன் அவர்களுக்கிருந்தது தனிப்பகை என்பது ஆயிரங்காலத்துப் பகை. கொழும்பில் அவர்கள் காலூன்றிய மறு ஆண்டே, முஸ்லிம்களின் துயரகாண்டம் ஆரம்பமானது. போர்த்துக்கேயராவது பரவாயில்லை. ஏதோ, விரட்டியடித்தார்கள். அகதியாக்கினார்கள். துன்புறுத்தினார்கள். முடிந்தது கதை. ஆனால் வணிகத்தில் ஈடுபடத் தடைகள் இருக்கவில்லை. அப்போதும் கண்டி ராஜதானியில் பிரதான வணிகர்களாக இருந்தது முஸ்லிம்களே. அரச

மருத்துவர்களாகவும் அவர்களே இருந்தனர். தந்தையைப் போலவே ராஜசிங்க மன்னனும் யூனானி வைத்தியர்களை (இஸ்லாமியப் பாரம்பரிய வைத்தியர்கள்) உயர் மரியாதையுடன் வைத்திருந்தான்.

ராஜசிங்க மன்னனின் கௌரவத்தை வெகுவாகப் பெற்றிருந்த முஸ்லிம்களைத் துன்புறுத்த, மிக நவீனமாகச் சிந்தித்தார்கள் ஒல்லாந்தர்கள். உடலியல் ரீதியாகத் துன்புறுத்துவதை விட நூதனமான ஒரு முறையைக் கையாண்டார்கள். முஸ்லிம்களின் வணிகம் போர்த்திப் படுக்கும் அளவுக்குப் பயங்கரமான சட்டதிட்டங்களை இயற்றி, அமல்படுத்த ஆரம்பித்தார்கள்.

15. தேர்ந்தெடுத்துத் துன்புறுத்தல்

ஒரு யுகம் எவ்வளவு பெரியது தெரியுமா? இலங்கை முஸ்லிம்களைப் பொறுத்தளவில் கி.பி. 1505இல் ஆரம்பமான கருமை படர்ந்த இருண்ட யுகம் நூற்றி ஐம்பது ஆண்டுகள் விசாலமானது. ஆம் அதுதான் போர்த்துக்கேய யுகம். எத்தனை துன்பங்கள் துயரங்கள் தந்த காலப்பகுதி அது. முஸ்லிம்களுக்கென்று இல்லை. மொத்த இலங்கையருக்குமே அந்த ஒன்றரை நூற்றாண்டும் கொடுமை நிறைந்ததுதான். நாடு பிடிப்பதை மட்டுமே நோக்கமாகக் கொண்டு சிலோன் வந்து, மதத்தையும் புகுத்தி, மக்களைப் பிரித்து, துப்பாக்கிகளின் சுவையைப் பழக்கி என்னவெல்லாமோ செய்து விட்டார்கள்.

இலங்கையின் மொழிகளோடு போர்த்துக்கேய வாசகங்கள் பல ஒட்டிக்கொண்டன. 'குடிகாரன்' என்பதைக் குறிக்கும் சிங்களச் சொல் 'பேபெத்தா' கூட அவர்களின் கொடையே. சுதேச மொழிகளைக் கற்றுக்கொள்வதில் துளியும் ஆர்வம் காட்டவில்லை அவர்கள். கரையோரமெங்கும் கட்டி வைத்திருந்த கோட்டைகளை, ஒல்லாந்தரிடம் இழந்தபின், லிஸ்பனுக்கே திரும்பி விட்டார்கள்.

ஒல்லாந்தரும் கண்டி அரசனிடம் வாக்களித்ததைப் போல கோட்டைகளைக் கைப்பற்றிக் கொண்டது உண்மை. ஆனால் இடையில் மாபெரும் தவறொன்று நடந்து விட்டது. ராஜசிங்க

மன்னனுக்கும் ஒல்லாந்தருக்கும் இடையில் கைச்சாத்திடப்பட்ட ஒப்பந்தம் துரத்தித் துரத்தி அடித்தது. டச்சு மொழியில் ஒரு பிரதியும், சுதேச மொழியில் அதன் மொழிமாற்றப் பிரதியும் இருந்தன. ஆனால் இரண்டும் ஒரே மாதிரி இருக்கவில்லை.

உடன்படிக்கையின் இரண்டாம் வாசகத்தில் இருந்த 'கறுவா' என்ற சொல்லை வைத்து, கறுவாத் தோட்டங்கள் யாவும் அவர்கள் வசமாகின. கறுவாவின் மொத்த வருமானமும் அவர்கள் பக்கம் வாய்க்கால் போல வெட்டப்பட்டது. இன்னும் இன்னும் நிலத்தில் கறுவாவைப் பயிரிட்டார்கள். தற்போது கொழும்பில் பிரபலமான 'சினமன் கார்டன்' ஹோட்டல் வலையமைப்பு அமைந்துள்ள பகுதி, ஒரு காலத்தில் ஒல்லாந்தரின் கறுவா விளைநிலமாக இருந்த பகுதிதான். இந்தியாவிலிருந்து கறுவா பயிரிடுவதற்கென்றே ஊழியர்களைக் கொண்டு வந்து குடியேற்றினார்கள்.

1659ஆம் ஆண்டு, ஒரு அரும்பெரும் சட்டத்தை அறிமுகப்படுத்தினார்கள்.

"முஸ்லிம்கள் எந்தவிதமான ஏற்றுமதி வர்த்தகத்திலும் ஈடுபட முடியாது" இறக்குமதி செய்வதானால் விஷேட சோனக வரி செலுத்த வேண்டும்! அதே சமயம் சிங்களவர்களுக்கும் தமிழர்களுக்கும் மட்டும், சிறப்பு இறக்குமதி சலுகைகளை அறிமுகப்படுத்தினார்கள்.

இதெல்லாம் ஜன்ம பகைவர்களின் நடவடிக்கைகள் போலத் தோன்றவில்லையா? ஒட்டமன் சாம்ராஜ்யத்துக்கும் ஐரோப்பியருக்கும் இடையில் இருந்த சர்வதேசப் பகைமைகள் யாவும், இலங்கையின் சுதேச முஸ்லிம்களை வெகுவாகவே பாதித்தன.

இலங்கைக்கான ஒல்லாந்த கவர்னர், நெதர்லாந்திலிருந்த அவர்களின் அரசுக்கு ஒரு விளக்கக் கடிதம் எழுதியிருந்தார். முஸ்லிம்களை எவ்வாறெல்லாம் துன்புறுத்த முடியும் என்பது பற்றிய குறிப்புக்கள் அதில் இருந்தன. கரையோரங்களில் வாழ்ந்த முஸ்லிம்கள், கண்டிப்பாக வெளியேற்றப்பட வேண்டும் என்பது விதியானது. துறைமுகங்களுக்கு அருகில் வாழ்வதற்கும் தடைவிதிக்கப்பட்டது.

சரி கரையோரமல்லாமல் உள்நாட்டிலாவது நிம்மதியாகக் குடிபெயர விட்டார்களா?

"உள்நாட்டில் வேண்டுமானால் இருந்துவிட்டுப் போ. ஆனால் சுதந்திரம் என்ற சொல்லைப் பற்றி நினைத்தும் பார்க்காதே" என்பதாக இருந்தது நிலைமை.

முஸ்லிம் மதத்தலைவர்கள் மீது அரச கண்காணிப்பு பலவந்தப் படுத்தப்பட்டது. எங்கு போனாலும் கண்காணிக்கப்பட்டனர். கிட்டத்தட்ட 2019 ஏப்ரல் 21க்குப் பின் நாட்டில் முஸ்லிம்கள் வாழ்ந்தது போன்று வாழ்ந்தார்கள்.

இவை எல்லாவற்றிலும் பயங்கரமானது எது தெரியுமா? கல்விச் சீர்திருத்தம். கட்டாய மதமாற்றத்தை ஊக்குவிக்கும் கல்விச் சீர்திருத்தத்தை அறிமுகப்படுத்தினார்கள். பணமிருப்பவன் மட்டுமே படித்த அந்தக் காலத்திலும், முஸ்லிம் வணிகர்கள் தமது பிள்ளைகளைப் படிக்க அனுப்பத் தயங்கினார்கள்.

அடுத்தடுத்து விழுந்த அடிகளால் நொந்துபோயிருந்தாலும் ரகசியமான முறையில் வர்த்தகம் செய்யும் நுட்பங்களைப் பயன்படுத்தினார்கள் முஸ்லிம்கள். காயல்பட்டினத்திலிருந்து அதிகமான இந்திய முஸ்லிம்கள் வந்து வட இலங்கையில் குடியேறிய வண்ணமே இருந்தனர். வட இலங்கையின் உசன் என்ற பிரதேசத்தில் குடியேறி, சாவகச்சேரி, கொடிகாமம், எழுதுமட்டுவில் போன்ற ஊர்களுக்கு வணிகம் செய்தனர். சீனி, அரிசி, பட்டு, எண்ணெய் போன்ற பண்டங்களை இங்கே கொடுத்து, பகரமாக யானைகளை வாங்கிச் சென்றார்கள். யானைகளின் விலை அதிகமாக இருந்தமையால் இலங்கையின் பொருளாதாரம் பேம்பட்டது. அந்தக் காலப்பகுதியில் நல்லூரில் குடியிருந்த முஸ்லிம்களுக்கு சொந்தமான மிக விசாலாமான பள்ளிவாயலொன்று இருந்தது. சுமார் 1500 பேர் ஒரே நேரத்தில் நின்று தொழக்கூடிய பள்ளிவாயல் அது. இன்றும் நல்லூர்ப் பெரிய கோவில் வளாகத்தில் பதினேழாம் நூற்றாண்டில் வாழ்ந்த முஸ்லிம் சூபி அறிஞர் ஒருவரின் சமாதி அமைந்திருப்பதாக, சில வரலாற்றுக் கதைகள் கூறுகின்றன.

1620 இல் நல்லூரை போர்த்துக்கேயர் கைப்பற்ற வந்த சமயத்தில் இந்துக்களும் முஸ்லிம்களும் இணைந்து போராடி வெற்றி

கண்டனர். ஆனால் ஒல்லாந்தர் காலத்தில் யாழ்ப்பாணம் முற்றாகக் கைவிட்டுப் போனது. ஒல்லாந்தர் வட இலங்கை பூராவும் புகையிலை பயிரிட்டார்கள். அதற்கென்றே இந்தியாவிலிருந்து ஊழியர்களை வரவழைத்தார்கள்.

இந்தோனேசியாவின் 'பதவிய' பிராந்தியத்தை ஒல்லாந்தர் தமது கேந்திர முக்கியமான மையமாக வைத்திருந்தார்கள். அங்கிருந்துகொண்டு இலங்கை, இந்தியா பகுதிகளை நிர்வகித்து வந்தனர். இந்த அனைத்துக்கும் பொறுப்பாக இருந்த ஈஸ்ட் இந்தியா கம்பனி, ஒல்லாந்து அரசாங்கத்திடமிருந்து அதிகமான வரப்பிரசாதங்களைப் பெற்றிருந்தது. தம் இஷ்டப்படி இந்தோ - மலேசியா நாடுகளின் அரச குடும்பங்களை விரட்டியடித்தது. அவர்களுள் பலர், இலங்கையில் வந்து குடியேறினர். அதே சமயம் ஒல்லாந்தர், ஜாவா மலாய சிப்பாய்களையும் இலங்கைத் தீவில் குடியமர்த்தினார்கள். இப்படியாக, பதினேழாம் நூற்றாண்டில் இலங்கை முஸ்லிம்களின் இனப்பல்வகைமை மென்மேலும் அதிகரித்தது. இதுவரை, பாரசீக , அராபிய , இந்தியக் கலவையாக இருந்த இலங்கை முஸ்லிம் குடித்தொகை, இந்தோ - மலாய முகச்சாயலையும் பெற்றது.

ஆனால், ஜாவா தேசத்தவர் இலங்கையில் குடியேறிய முதல் சந்தர்ப்பம் இது கிடையாது. அதற்கு முன்னரே சிறு அளவுகளில் குடியேறி இருந்தனர். கி.மு இரண்டாம் நூற்றாண்டு தொட்டே இங்கு அவர்களுக்குத் தொடர்புகள் இருந்தன. தம்பதெனியா யுகத்தில் நான்காம் விஜயபாகு மன்னன், மலாயச் சிப்பாய்களைக் கொண்ட படைப்பிரிவொன்றைப் பெற்றிருந்தான். விஜயபாகுவுக்கு முன்னர் ஆட்சி செய்த இரண்டாம் பராக்கிரமபாகு காலத்திலும் மலாய் தேசத்தின் சந்திரபானு மன்னனின் படையெடுப்பு நிகழ்ந்தது. அதனைத் தொடர்ந்து உள்வந்த படை வீரர்களையே விஜயபாகு வைத்திருந்தான்.

ஒல்லாந்தர் அறிமுகப்படுத்திய எத்தனையோ அம்சங்கள் இன்றளவும் இலங்கையின் பாரம்பரியங்களோடு கலந்து விட்டன. வியாபாரத்தில் உச்ச லாபமீட்டுவது அவர்களின் அதிபிரதான நோக்கமாக இருந்தது. இந்தோனேசிய 'பதிக்' ஆடை வடிவமைப்புக் கலையை இங்கே புகுத்தினார்கள். பல

வர்ணச் சாயமேற்றி ஆடைகளின் தரத்தைக் கூட்டும் அந்த முறை பின்னர் இலங்கைக்கே உரிய விதத்தில் பிரபல்யம் பெற்றது.

தென்மாகாண முஸ்லிம்கள் தவள முறையில் கண்டிப் பகுதிக்கு வியாபாரம் செய்வதை சட்டம் மூலம் தடுத்தார்கள். வேண்டுமானால் ருவன்வெல்ல, சீதாவக்கை, கடுவென எல்லைப் பகுதிகள்வரை மட்டும் தவளம் இழுக்கலாம் என்று கண்டிப்பாகச் சொல்லி விட்டார்கள். அந்தப் பாதைகளே பிற்காலத்தில் பிரதான பாதைகளாக உருவெடுத்து, பாதை வலையமைப்பை உருவாக்கின.

ஒல்லாந்தரைப் பொறுத்தளவில் இலங்கையில் அவர்கள் செலவுகளை முடிந்தளவு குறைத்தனர். வரவை பன்மடங்காக்கும் முயற்சியில் சுமார் நூற்றி ஐம்பது வருடங்களாக ஈடுபட்டனர். போர்த்துக்கேயரைப் போலன்றி, யுத்தங்களை முற்றாகத் தவிர்த்தார்கள். மன்னர்களை விளித்துக் கடிதம் எழுதும் போதும், முற்றாகச் சரணடைந்த தன்மையை வெளிப்படுத்தினார்கள்.

'ஶ்ரீ லங்காதீஸ்வர!' என்பதாகவே மன்னனை எப்போதும் விளித்தனர்.

இரண்டாம் ராஜசிங்க மன்னனின் ஆட்சி நிறைவுற்று, அவனது மகன் இரண்டாம் விமலதர்மசூரிய நாட்டைப் பொறுப்பேற்ற போது, வருடம் 1687. இயல்பிலேயே மிக மென்மையானவனாகவும், அமைதி விரும்பியாகவும் இருந்தார் விமலதர்மசூரியன். அவரது சிறு பாராயத்தில் ராஜதானியில் ஏற்பட்ட சில சிக்கல்களை சமாளிப்பதற்காக, ஒரு பிக்குவின் கீழ் வளர்க்கப்பட்டமையும் தணிவான அவரது தன்மைக்குக் காரணமாக இருக்கலாம். ஒல்லாந்தர் அவருக்காக தென்னிந்தியாவின் மதுரை நாயக்கர் குலத்திலிருந்து சம்பந்தம் பேச உதவுகிறார்கள். மன்னர்களுக்கும் இந்திய அரச வம்சத்தினருக்கும் இடையில் தொடர்பாளர்களாக ஒல்லாந்தர் இருந்தனர்.

விமலதர்மசூரியன் காலத்தில் தென் கிழக்கிந்தியக் கரையின் கொரமண்டல் பிரதேச முகலாயத் தளபதி தாவூத் கான் பன்னி, மன்னனுடன் யானை வணிமொன்றை மேற்கொண்டார். அதில்

பத்தாயிரம் நாணயங்களுக்குப் பகரமாக, முப்பது முதல் நாற்பது போர் யானைகள் பரிமாறப்பட்டுள்ளன.

விமலதர்மசூரியனுக்குப் பிறகு மகன், வீர நரேந்திர சிங்கன் , 1707 இல் முடிசூடுகிறான். அரசவையினர் முடிசூட்டு விழாவை வெகு விமரிசையாகத் திட்டமிட்டிருந்தார்கள். பல நாள் உற்சவத்தின் கடைசி விழா நவகடுவ பிரதேசத்தில் ஏற்பாடாகி இருந்தது. நிகழ்வுக்குப் போகும் வழியில் ‘செல்லன்கந்தல்’ எனும் இடத்தில் தங்கியிருந்தான் வீர நரேந்திரசிங்கன்.

மன்னர் தங்குவதற்கான ஏற்பாடுகள் அனைத்தையும் திசாவ செட்டியார் ராமநாதன் செய்திருந்தார். ஏற்பாடுகள் கோலாகலமாக இருந்தன. அறுசுவை உணவு பரிமாறப்பட்டது. மன்னரைத் தரிசித்து மரியாதை செலுத்துவதற்காக, சோனகர் குழுவொன்று மண்டபத்துக்கு வந்திருந்தது. அந்த சமயத்தில் எதிர்பாராத விதமாக ஒரு பயங்கரம் நிகழ்ந்தது. ஆட்சியைப் பிடிக்கும் சூழ்ச்சியில் இருந்த ஒருவன் தனது அடியாட்களை அந்த மண்டபத்துக்கு அனுப்பியிருந்தான். ஆம், மன்னரைக் கொலை செய்வதற்காகத்தான். நல்ல வேளையாக அந்த இடத்தில் இருந்த முஸ்லிம்கள் சுதாரித்துக்கொண்டு எழுந்து போராடினார்கள். வந்த கொலையாளிகளை அடித்தே துரத்தினார்கள். அகமகிழ்ந்த மன்னன் ஏராளமான பரிசுப் பொருட்களை அவர்களுக்கு வழங்கினான். கண்டிய சின்னமான சிங்கக் கொடி, 18 வெள்ளிக் குஞ்சங்கள், இசைக் கருவிகள் போன்ற பல பொருட்கள் அருளப்பட்டன. அவற்றை அவர்களின் சமய கிரியையான ‘கூடு’ எடுக்கும் விழாவில் பயன்படுத்தினர். இன்றளவிலும கொடி தவிர்த்த ஏனைய பொருட்கள் யாவும் புத்தளம் பள்ளிவாயலில் வைக்கப் பட்டுள்ளன.

இக்காலப்பகுதியில் வீர நரேந்திரசிங்கனைச் சுற்றி ஏராளமான சூழ்ச்சிகள் நடைபெற்ற வண்ணமே இருந்தன. ஒரு கட்டத்தில் முஸ்லிம் வைத்திய குடும்பமான கோபால குடும்பத்தினரும் தனக்கெதிராக சதியில் ஈடுபட்டிருப்பார்களோ என்று சந்தேகம் வந்து விட்டது மன்னனுக்கு. தந்தையினதும் பாட்டனதும் காலத்தில் முஸ்லிம் வைத்தியக் குடும்பங்களுக்கென்று வழங்கிய ‘நிந்தகம’ நிலங்களைப் பறிமுதல் செய்து, அவர்களை அங்கிருந்து

வெளியேற்றினான். அவர்கள் தமது பாதுகாப்புக்காக, மாவனல்லை பகுதியின் 'தும்புளுவாவ' கிராமத்தில் போய்க் குடியேறினார்கள். இன்று வரை அந்தப் பரம்பரையினரில் சிலர் அங்கு வாழ்வது உபரித் தகவல்.

தந்தையைப் போலவே, நரேந்திரசிங்கனும் தென்னிந்திய ராஜ்யகுலப் பெண்ணொருத்தியின் கரம் பற்றினான். ஆனால் பட்டத்து ராணி மூலமாக அவனுக்குப் புத்திர பாக்கியம் வாய்க்கவில்லை. ஏனைய மனைவியர் மூலம் பெற்ற பிள்ளைகளை அரசனாக்க, மதுரை சட்டம் இடம் கொடுக்கவில்லை!. வீர நரேந்திரசிங்கன் வயது மூப்படைந்து மரணத்தைத் தழுவினான்.

சிறு வயது முதலே மாளிகையில் வளர்ந்த அவனது குட்டி மைத்துனன் ஸ்ரீ விஜய ராஜசிங்கன் அடுத்து முடிசூட வேண்டும் என்று மதுரை வம்சம் விரும்பியது. நரேந்திரசிங்கனின் பட்டத்து ராணியின் தம்பி சிங்களக் கலாசாரம் குறித்தும், கண்டிய அரச பதவியின் தன்மை குறித்தும் நன்கறிந்தவன்.

16. உயிர்காத்த உத்தமன்

மதுரை நாயக்க வம்சத்தைச் சேர்ந்த ஸ்ரீ விஜய ராஜசிங்கன் கண்டி ராஜதானியின் மன்னனாக முடிசூடுகிறார். புகழ்பெற்ற பிட்டி நாயக்கரின் மகன் அவர். இந்து தர்மத்தைப் பின்பற்றுபவர். ஸ்ரீ விஜயனின் முடிசூட்டு விழாவோடு, இலங்கையின் கடைசி சிங்கள மன்னனாக வீர நரேந்திர சிங்கனின் பெயர் சரித்திரத்தில் பதிவாகும் வருடம் கி.பி. 1739.

ஸ்ரீ விஜய ராஜசிங்கன் பெண் எடுத்ததும் மதுரை நாயக்க பரம்பரையில்தான். கண்டியின் மதிப்புக்குரிய ராணிகளான பின்னர் அந்தப் பெண்கள் பௌத்த மதத்தைப் பூரணமாகப் பின்பற்றியதாக, சூளவம்சம் கூறுகிறது. ஸ்ரீ விஜயனும் பௌத்த மதத்தினை உயர்த்துவதற்காக நிரம்பவே பாடுபட்டார். வீர நரேந்திரசிங்கன் காலத்தில் வழக்கொழிந்துபோன பிக்குகளின் சடங்கான 'உபசம்பதா' விழாவினை மீள ஆரம்பித்து வைத்தார். சடங்கிற்காக தாய்லாந்திருந்து பிக்குகளை அழைத்து வர ஒல்லாந்தரும் உதவி செய்தார்கள்.

முஸ்லிம்களுடனும் மிக நல்ல முறையில் நடந்து கொண்டார் ஸ்ரீ விஜயன். வீர நரேந்திர சிங்கன் வெளியேற்றிய கோபால வைத்தியர்களுக்கும் மன்னர் குடும்பத்துக்குமான முரண்பாடு, அவரது காலத்தில் நீடிக்கவில்லை. 1747இல் அவர்களை மீள அழைத்து, மானிய நிலங்களை வழங்கி, அரச வைத்தியர்களாக மீள இணைத்துக் கொண்டார். அவர்கள் இழந்த நிலபுலன்களை ஈடுசெய்ய உடுநுவர, சிதுருவனம் பகுதிகளின் வளமான நிலங்கள் வந்து சேர்ந்தன.

எதிர்பாராவிதமாக, அந்த வருடமே மன்னன் இறை அழைப்பை ஏற்க வேண்டியதாயிற்று. காலியான அரியாசணத்தில் அமர்ந்து கொண்டது, ஸ்ரீ விஜயனின் மைத்துனன் கீர்த்தி ஸ்ரீ ராஜசிங்கன். மதுரையின் வழக்கப்படி, மன்னருக்கு வாரிசில்லாத போது, மனைவியின் சகோதரே அடுத்து அரசனாக வேண்டும்.

கீர்த்தி ஸ்ரீ ராஜசிங்க மன்னன், நாயக்க வம்சத்தை சேர்ந்தவராக இருந்தாலும், பௌத்தர்களின் நம்பிக்கை நட்சத்திரமாக இருந்தார். தமிழிலும் தெலுங்கிலும் உரையாடியபோதும் சிங்களத்திலும் சக்கை போடுபோட்டார். சிங்கள இலக்கியம் அவரால் சற்று நிமிருந்து அமர்ந்து கொண்டது.

அன்றைய கண்டி ராஜதானியின் அரச நிர்வாகக் கட்டமைப்பு மிகவும் நேர்த்தியானதாக இருந்ததை சொல்லியே ஆக வேண்டும். மன்னர்கள் தமது ஆட்சிப் பிரதேசங்களை 'அதிகாரம்' என்ற தலைவர்களுக்குப் பிரித்துக் கொடுத்திருந்தார்கள். அதிகாரம்களின் தலைவராக 'மகா அதிகாரம்' இருந்தார். மகா அதிகாரம், கிட்டத்தட்ட இன்றைய பிரதமர் போன்றதொரு பதவி. அரச சேவையில் கிராமிய மக்களையும் உள்ளீர்க்கும் விதமாக அரச திணைக்களங்கள் அமைக்கப் பட்டிருந்தன. ‘பத்த’ என்ற பெயரில் இயங்கிய திணைக்களங்களின் தலைவராக திஸாவ இருந்தார். முஸ்லிம்கள் பல பத்தகளில் உயர் பதவிகளை வகுத்தனர்.

அந்தக் காலப் பகுதியில் ‘மடிகே பத்த’ எனும் போக்குவரத்துத் திணைக்களத்தின் தலைவராக இருந்தவர், ‘ஷேய்க் ஆலிம்’ எனும் சோனகர். அவரது பேரப்பிள்ளை, ஷேய்க் அப்துல் காதரும் பிற்காலத்தில் அதே பதவியைத் தொடர்ந்தார். தவளம

முறையினை ஆரம்பித்து வைத்தல், பாதை வலையமைப்புகளைக் கட்டமைத்தல் என்பன போக்குவரத்துத் துறை சார்ந்த அவர்களது அறிவும் அனுபவமும் மேம்பட்டு இருந்தது என்பதற்கு ஆதாரங்களாய் அமைந்தன.

கிராமங்களின் தலைமை, 'லேகம முகாந்திரம்'களின் கையில் இருந்தது. பல முஸ்லிம்கள் லேகம் முகாந்திரம்களாக இருந்துள்ளனர். இன்றளவிலும் தொடரும் அவர்களது 'லேகம்லாகே-லேகம் வீட்டார்' என்ற குடும்பப் பெயர் இதற்குச் சான்றாகும்.

ஒரு முறை பட்டத்து ராணி கடுமையாக சுகவீனமுற்றிருந்தார். வைத்திய ஷேய்க் முஹம்மத் முதலி அரண்மனைக்கு அழைத்து வரப்படுகிறார். அவரது திறமை பற்றி, மன்னர் நிறையவே கேள்வியுற்றிருந்தார். எதற்கும் பரீட்சித்துப் பார்த்து விடுவோமென்று, ராணியை மறைவான ஓரறையில் வைக்கிறார்கள்.

ராணியின் நாடியைப் பரிசோதிப்பதற்கு வைத்தியருக்கு அனுமதி கொடுக்காமல், ஒரு நூலைக் கையில் கட்டிக் கொடுத்தார்கள். நூலைத் தொட்ட வைத்தியர், இது ஒரு உயிரற்ற பொருள் என்கிறார் திட்டவட்டமாக.

உண்மையில் மறு அந்தத்தில் கட்டியிருந்தது அரசியின் கையே அல்ல. அது ஏதோ ஒரு பொருள். அடுத்து, நூலை ஒரு நாயின் காலில் கட்டினார்கள். இந்த முறையும் மருத்துவர், "இது ஒரு விலங்கின் நாடி" என்கிறார்.

இறுதியில் நூலை ராணியின் கைகளில் கட்டி நாடி பார்க்க வைக்கிறார்கள். வைத்தியரும் நோயை சரியாகவே கண்டுபிடித்து, சிகிச்சையும் அளிக்கிறார். ராணி பூரண குணமடைந்ததில் அகமகிழ்ந்த அரசன், மருத்துவருக்கு, அரச மருத்துவத் திணைக்களத்தின் தலைவர் எனப்படும், பெத்தே முகாந்திரம் பதவியை வழங்குகிறார்.

கூடவே நிலபுலன்கள் பலவற்றையும் பரிசளிக்கிறார். மன்னர் குடும்பத்தோடு மிக நெருங்கியவர்களாக மாறிவிடுகின்றனர் வைத்தியர் குடும்பத்தினர். 1749ஆம் ஆண்டில் ஒருமுறை,

கண்டி எல்லைக்கு உட்பட்டிருந்த கிறிஸ்தவ மிஷனரிகளைப் பராமரிப்பதற்கு, கிறிஸ்தவ மதகுருமார்களுக்கு மன்னரின் அனுமதி தேவைப்பட்டது. ராஜ அனுமதி பெறுவது அத்தனை இலகுவான காரியமா? ஒரேயொரு அரச கையெழுத்துக்காக எத்தனை அரச அலுவலக வாயில்களில் ரயில் பெட்டிகள் போல மக்கள் அலைமோதி நிற்பதை இப்போதும் காண்கிறோம். ஆனானப்பட்ட கண்டி ராஜாவின் தரிசணம் மட்டும் சட்டென்று கிடைத்து விடுமா? நிச்சயம் பிரமுகர் ஒருவரின் சிபாரிசு தேவைப்படும். மேற்சொன்ன வைத்திய திலகத்தை அணுகுகிறார்கள் பாதிரியார்மார். காரியமும் கச்சிதமாக நடக்கிறது.

கி.பி. 1960ஆம் ஆண்டில் ஒரு நாள். கண்டி மல்வத்தை விகாரைக்கு மன்னன் வந்திருந்தார். பௌத்த சமயபீடத்தின் பாதுகாவலர்களும், அரண்மனையின் பிரதான சமையற்காரனும், தாய்லாந்திலிருந்து வந்த பிக்கு வேடத்திலிருந்தவனும் இணைந்து அன்றைய இரவில் கீர்த்தி ஸ்ரீ ராஜசிங்கனது கதையை முடிக்கத் திட்டமிட்டிருந்தார்கள். ஆனால் மன்னனோ, வழமையை விடவும் பலத்த பாதுகாப்புடன் வந்திருந்தமையால் அவர்களது சதித்திட்டம் பலிக்கவில்லை.

இது எப்படி சாத்தியமானது? வீட்டின் அந்தரங்களை அறிந்த சமையற்காரன் முதற்கொண்டு, நம்பிக்கை மிகப் பெற்ற சமய பீடத் தவைவர் வரை போட்ட திட்டம் எப்படி முறியடிக்கப்பட்டது? அங்கு நிற்கிறார் வைத்தியதிலக ஷேய்க் முஹம்மத் முதலியார். அரண்மனையின் அந்தரங்களில் அவருக்கும் பங்கிருந்தமையால், இந்தச் சதியாலோசணை அவரது காதுகளை முன்கூட்டியே அடைந்து விடுகிறது. மன்னரை எச்சரித்து, உரிய முன்னேற்பாடுகளையும் கவனிக்க வைக்கிறார். மன்னர் உயிர்பிழைக்கிறார்.

தனதுயிரைக் காத்த வைத்தியதிலகருக்கு மன்னர் என்னவெல்லாம் உபகாரம் செய்தார் தெரியுமா? ‘கடபேரிய சன்னஸ’ எனும் செம்புப் பட்டயத்தை வழங்கி கௌரவித்தார். அதன் படி ஒரு பெரிய கிராமத்தைப் பரிசாகப் பெற்றனர் வைத்திய குடும்பத்தினர். மாவனல்லைக்கு அண்மையில் அரநாயக்க பகுதியில் அமைந்துள்ள கடபேரிய கிராமத்தில் இன்றும்

அவர்களது பரம்பரையினர் வாழ்கின்றனர். அவர்களில் பலர் இன்றும் சிறந்த வைத்தியர்களாக இருப்பது உபரித் தகவல். அவர்களிடம் அறுவைச்சிகிச்சைக்காகப் பயன்படுத்திய இரும்பு, உருக்கு உபகரணங்களும், சன்னஸ பட்டயத்தின் பிரதிகளும் பத்திரமாக இருக்கின்றன.

கீர்த்தி ஸ்ரீ ராஜசிங்கன் ஒல்லாந்தருடன் நீண்ட நாள் நல்லுறவு பேணி வந்தது உண்மை. என்றாலும் ஓர் அந்நிய சக்தி நாட்டுக்குள் ஒட்டியிருப்பதில் இருக்கும் அசௌகரியங்களை அவர் அறியாதிருக்கவில்லை. மல்வத்து கொலை முயற்சியிலும் ஒல்லாந்தரின் கை இருந்தது. தாய்லாந்து குமாரனை பிக்கு வேடமிட்டு அழைத்து வந்தது அவர்களே.

இவை அனைத்தையும் மனதில் வைத்து, 1761ஆம் ஆண்டு, ஒல்லாந்தரின் மாத்தறை, தங்கல்ல, ஊருபொக்க கோட்டைகளை எதிர்பாராவிதமாகத் தாக்குகிறார். கடுமையான அந்த நடவடிக்கையில் பலர் இறப்பெய்தினர். மீதிப் பேர் சிறைப்பிடிக்கப்பட்டனர். கடும் கோபமடைந்த ஒல்லாந்தர் அடுத்த ஆண்டே திருப்பித் தாக்குவதற்கு எத்தனிக்கின்றனர். ஆனால் படை பலம் பற்றாக்குறையாக இருந்தமையால் பின்வாங்கிவிடுகின்றனர். ஒல்லாந்தர் திருப்பியடித்தால் பேரிழப்பு ஏற்படப் போவதை உணர்ந்த கண்டி மன்னன், சமாதானப் பேச்சுவார்த்தைக்குத் தயாராகிறார்.

“மன்னா, இவர்களை இங்கிருந்து துரத்தியே போடக்கூடிய ஒரே வழிதான் இப்போதைக்குத் தெரிகிறது. பிரித்தானியர்களிடம் உதவி கேட்கலாம்” பிரதானிகள் யாவரும் இந்தக் கருத்தில் நின்றார்கள்.

பிரித்தானியர், தென்னிந்தியாவின் மெட்ராஸ் நகரில் காலூன்றி வணிகத்தில் ஈடுபட்டிருந்தனர். 1600 ஆம் ஆண்டு ஆரம்பிக்கப் பட்ட ‘ஈஸ்ட் இந்தியா ப்ரிட்டிஷ் கம்பனி’ மூலமாக பாரத தேசத்தினுள் நுழைந்து, முகலாய அரசர்களுடன் பேச்சுவார்த்தை நடத்தி, படிப்படியாகப் பெருகி இருந்தனர். 1657இல் ப்ரான்ஸ் நாட்டுக்கெதிரான யுத்தமொன்றில் வெற்றியீட்டியதன் பின்னர், அதிகாரபூர்வமாகவே இந்தியாவை ஆளத் தொடங்கியிருந்தனர். சிலோன் நாட்டின் மீது அவர்களுக்கு எப்போதும் ஒரு கண் இருந்தது.

1762இல் கண்டி மன்னனுக்கு பிரிட்டிஷ் தொடர்புகளை ஆரம்பிப்பதற்கான ஒரு வாய்ப்புக் கிடைக்கிறது. இந்தியாவிலிருந்து ஆங்கிலேய உளவாளி ஜோன் பைபஸ் இலங்கையை அடைகிறார். இருநூறு இராணுவ வீரர்கள் சகிதம் ஐந்து கப்பல்களில் திருகோணமலைத் துறைமுகத்தில் கம்பீரமாக வந்திறங்குகிறார்கள் பைபஸ் குழுவினர். அவரை வரவேற்று, ராஜதந்திர ரீதியாகக் கையாள்வதற்கு, கண்டி மன்னன் ஒரு சிறப்பான நபரைத் தேர்ந்தெடுக்கிறார். அவர்தான் மௌலா முகாந்திரத்தின் புதல்வன், உதுமாலெப்பை.

உதுமாலெப்பை, பைபஸ் குழுவினரை வரவேற்று உபசரித்து முழுப் பயணத்திலும் கூட இருந்து கவனித்துக்கொள்கிறார். சிறந்த பேச்சாற்றலையும், மொழிபெயர்க்கும் திறமையையும் கொண்டிருந்தார் உதுமாலெப்பை. தமிழ், சிங்களம், ஒல்லாந்த மொழி, ஆங்கிலம் யாவும் அவருக்குச் சரளமாய் வந்தன.

இது குறித்து, "The Muslims were well equiped with smooth talk" என்பதாக எழுதியிருக்கிறார் ஆங்கில வரலாற்றாசிரியர் ஒருவர்.

கண்டிக்குப் போகும் வழியில் அவர்கள் பங்குரானை கிராமத்தில் தமது மூன்றாவது இரவைக் கழிக்கிறார்கள். தனி முஸ்லிம் கிராமம் அது. விவசாயத்தையே பிரதான தொழிலாக செய்துவந்தனர் கிராமத்தவர்கள். மேலதிக வருமானத்துக்காக நெசவுத் தொழிலும் செய்தார்கள். பட்டாடைகளை நெய்வதிலும் தேர்ச்சிபெற்றிருந்தனர். அவர்கள் தமிழர்களிடமிருந்து தொழிலைக் கற்றுக்கொண்டதாக வரலாற்றாசிரியர்கள் கருதுகின்றனர்.

ஆங்கிலேயக் குழு கண்டி நகரை அடைகிறது. அரச தரப்பினருடன் நடந்த பேச்சுவார்த்தையில் ஒல்லாந்தர் தொடர்பாக எத்தி வைக்கிறார் உதுமாலெப்பை. அவர்களுடன் தற்போது நிலவும் சுமுகமற்ற நிலை ஆங்கிலேயருக்குத் தெரிய வருகிறது. எனினும் அவர்கள் வந்த நோக்கம் முற்றாக வேறொன்றாக (கறுவா) இருந்தமையால், எந்த நடவடிக்கையும் எடுக்காது திரும்பி விடுகின்றனர். பெண் பார்க்கப்போன இடத்தில் போரைப் பற்றிப் பேச முடியாதில்லையா?

மன்னனும் சளைக்காது, உதுமாலெப்பை குழுவை இந்தியாவுக்கு அனுப்புகிறார். அங்கு அவர் கர்நாடக நவாப் முஹம்மத் அலியைச் சந்திக்கிறார். உதுமாலெப்பையின் தந்தை மௌலா முகாந்திரத்தை மெட்ராஸுக்கும் அனுப்புகிறார். ஆங்கிலேயரை அணுகி இராணுவ உதவி பெறும் முயற்சி அது. கர்நாடக நவாப் முஹம்மத் அலிக்கோ, ஒரே ஆச்சரியமாகப் போய்விட்டது. சிங்கள அரசனது அவையில் வெளிநாட்டுத் தூதுவராக ஒரு முஸ்லிமையா தெரிவு செய்வார்கள்? அத்தனை நம்பிக்கையா, அல்லது வேறேதும் காரணமா? ஒற்றர்களை அனுப்பிப் பரிசீலித்துக்கொள்கிறார். எது எப்படிப் போனாலும் ஆங்கிலேயர் அன்றைய தேதியில் சிலோனுக்கு வரவில்லை. அவர்களிடம் வேறு திட்டங்கள் இருந்தன.

1763இல் பிரித்தானியாவுக்கும் பிரான்ஸுக்குமிடைல் இடையில் உலகப் புகழ்பெற்ற 'பாரிஸ் ஒப்பந்தம்' கைச்சாத்தாகிறது. பிரித்தானியாவின் கை உலக அரங்கில் ஓங்குகிறது. பிரித்தானியாவுடன் கண்டி மன்னன் அடிக்கடி கலந்துரையாடுவது ஒல்லாந்தருக்கு சுத்தமாகப் பிடிக்கவில்லை. அவர்கள் உளவாளிகள் மூலமாக கண்டி ராஜதானி ஆங்கிலேயர்களுடன் மேற்கொண்ட அனைத்துக் கொடுக்கல் வாங்கல்களையும் அறிந்திருந்தனர்.

1764இல் ஒல்லாந்தர் கண்டியை ஆறுபுறங்களால் தாக்குகின்றனர். நன்கு திட்டமிடப்பட்ட தாக்குதல் அது. கண்டி ஒரு கணம் நிலைகுலைந்து போயிற்று. கீர்த்தி ஸ்ரீ ராஜசிங்கன் அவசரமாகச் செயற்பட்டு, உமர் கத்தா என்கிற முஸ்லிம் தூதவரை தென்னிந்தியாவுக்கு அனுப்புகிறார். மௌலா முகாந்திரம் இதனை ஒழுங்கு படுத்தியிருந்தார். இந்தியா பயணமாகும் வழியில் உமர் கத்தாவைக் கைது செய்கின்றனர் ஒல்லாந்தர்.

ஷேய்க் முஹம்மது முதலியாரை பாண்டிச்சேரிக்கு அனுப்புகிறார் மன்னன். பாண்டிச்சேரியில் பிரான்ஸ் நாட்டினரின் தலைமையகம் இருந்தது. அவர்களின் உதவியையாவது பெறும் முயற்சி நடந்தது.

எனினும் அத்தனை முயற்சிகளையும் மீறி, ஒல்லாந்தரின் கண்டித் தாக்குதல் 1765இல் மீண்டும் நிகழ்ந்தது. மன்னன் ஹங்குரங்கெத்துக்கு தப்பியோடுகிறார். ஒல்லாந்தர் கண்டியின்

பல இடங்களைத் தீ வைத்துப்பொசுக்கினர். எனினும் மன்னனைப் பிடிக்க முடியவில்லை. மோதல்கள் பல மாதங்கள் நீடித்தன. இரண்டு பக்கத்தினரும் பலத்த இழப்புகளைச் சந்தித்தனர். யுத்தம் முடிவதாகவும் தெரியவில்லை. இந்த நிலையில் மன்னன், ஒரு ஒப்பந்தத்துக்குச் சம்மதிக்கிறார்.

17. கரையோரம் பறிபோனது

ஒல்லாந்தருடன் ஒரேயொரு ஒப்பந்தம்தான் போட்டார் கண்டி மன்னன். மொத்தக் கடலும் பறிபோய்விட்டது. கூட்டிக் கழிக்காமலே தப்பான கணக்கு அது.

மீன்பிடிப்பதாகட்டும், முத்துக்குளிப்பதாகட்டும், உப்பு வயல்கள் அமைப்பதாகட்டும் கடல் சார்ந்த அத்தனை கைத்தொழில்களும் 1766ம் ஆண்டு முதல் அவர்கள் வசமாயின.

அதுவரை காலமும் முத்துக்குளிப்பில் ஈடுபட்டு வந்த சுதேச முஸ்லிம்களுக்குப் போட்டியாக, மலையாளக் கிறிஸ்துவர்களை இறக்கினார்கள்.

முஸ்லிம்களின் அளவுக்கு அவர்கள் தொழிலில் தேர்ச்சி பெற்றிருக்கவில்லை. ஆழ்கடலுக்குச் செல்லும் போது, மூச்சைக் கட்டுப்படுத்தும் வித்தையில் சோனகர்களின் நுட்பங்கள் அபாரமாக இருந்தன. விஷேடமான மூக்கடைப்பான் ஒன்று அவர்களின் கைவசம் இருந்தது.

அக்காலப் பகுதியில் 'முத்துப் பெறுமான மதிப்பீட்டுக் குழு' என்றொன்று அமைக்கப்பட்டது. ஐந்து உறுப்பினர்களைக் கொண்ட அக்குழுவில் நான்கு பேர் முஸ்லிம்களாக இருந்தனர். என்னதான் வேண்டாத மனைவியாக இருந்தாலும் சமைத்துப் போட அவள் வேண்டும் என்பது போல, வணிக நலன் என்று வரும்போது, தவிர்க்க முடியாதவர்களாக இருந்தனர் முஸ்லிம்கள்.

கீர்த்தி ஸ்ரீ ராஜசிங்க மன்னன், 1781ஆம் ஆண்டு, குதிரையிலிருந்து விழுந்து, காயங்களுக்குட்பட்டு மரணிக்கிறார். அவரது இளைய சகோதரன் ராஜாதி ராஜன், அரண்மனையிலேயே சிறுவயது முதல் வளர்ந்தவன். சொந்தக்காரப் பெண் திருமணம் முடித்து வந்தபோது, அண்ணன் கீர்த்தி ஸ்ரீ யுடன் சின்னஞ் சிறுவனாகக் கூடவே வந்தவன். சிங்கள அரண்மனையில் வளர்ந்து வந்தான்.

ராஜாதி, மல்வத்து பீடத்தில் பௌத்த கல்வியும் பெற்றான். அவர்களின் மிகச் சிறந்த மாணவன் என்று பெயர் பெற்றதோடு, நல்லதொரு பௌத்தனாகவும் இருந்தான். ராஜசிங்கனின் பட்டத்து ராணிக்கோ பிள்ளைப் பேறு கிட்டவில்லை. மதுரைப் பிரதானிகளின் விருப்பப்படி ஏனைய மனைவியரின் பிள்ளைகள் முடிசூடுவதைத் தடுத்து, நாயக்க வம்சத்தவனான ராஜாதி ராஜன் அடுத்த அரசனாகப் பொறுப்பேற்கிறான்.

அண்ணன் காலத்தில் சூழ்ந்த யுத்த மேகங்களைச் சற்றே விலக்கியவர் அவர். ஒல்லாந்தருடன் சுமுகமற்றுப் போயிருந்த நிலைமையை மாற்றுகிறார். தனயனைப் பின்பற்றி, பௌத்த சேவையில் ஈடுபடுகிறார். பாலி மொழிக் காவியங்களுக்கு சிங்கள விளக்கவுரை எழுதுகிறார். மக்களிடையே நற்பெயர் தானாக வருகிறது.

மாவனல்லையைச் சேர்ந்த சில முஸ்லிம் வைத்தியர்களுக்கு, 'முகாந்திரம்' பட்டம் வழங்குகிறார் மன்னன். கருணாசிங்க வைத்யரத்னதிலக அப்துல் அஸீஸ் அவர்களில் ஒருவர். அவரது பரம்பரை பல மருத்துவர்களைக் கொண்டது. (பூட்டன், பேரன் உட்பட) ராஜாதி ராஜனின் காலத்தில் அழுத்நுவர தேவாலயத்துக்கு அவர்கள் ஆற்றிய சேவையை மெச்சி, மன்னன் பதினேழு ஏக்கர் பரப்புள்ள கொஹிவத்த தோட்டத்தை வழங்குகிறார். ராஜாதியின் காலத்தில் மகா அதிகாரமாக இருந்தவர் 'பிலிமதலாவா' என்பவர். பிலிமதலாவுக்கு அரசவையில் மிகுந்த மதிப்பும் மரியாதையும் இருந்தது.

இந்திய நாயக்க வம்சத்தினர் நாட்டையும் பௌத்த மதத்தையும் கட்டியாள்வதை, பிலிமதலாவ அவ்வளவாக விரும்பவில்லை. அரசவையில் நாயக்கர்களுக்கு அதிக சலுகைகள் கிடைப்பதைக் கண்டு உள்ளூரப் பொருமினார். சந்தர்ப்பம் வரும்வரை காத்திருந்தார்.

மன்னர் தரப்பில் அடுத்த வாரிசாக முத்துசாமி என்ற சொந்தக்காரப் பையனைத் தயார்படுத்தி வந்தார்கள். பிலிமதலாவாவின் தலை முழுக்க, கந்தசாமி இருந்தான். கந்தசாமியும் ராஜாதி ராஜனின் குடும்பத்தை சேர்ந்தவன்தான். ஆனால், பிலிமதலாவுக்கு முற்றிலும் கட்டுப்பட்டவன். அரசவையின் பிரதானிகளும் மூளைச் சலவை செய்யப்பட்டு வந்தார்கள். கந்தசாமியை ஏற்கும் மனப்பக்குவத்தை அனைவரும் பெற வேண்டும் என்பதில் கவனமாக இருந்தான் பிலிமதலாவ.

கதை இப்படிப் போகையில், ஒல்லாந்தர் கரையோரக் கோட்டை களில் உல்லாசமாக இருந்து கொண்டு சமுத்திரங்களையும், உள்நாட்டின் கறுவாவையும் மொத்தமாக அனுபவித்து வந்தார்கள்.

ஐரோப்பாவில் போரும் புரட்சியும் வெடித்துச் சிதறிக் கொண்டிருந்த காலமது. பிரான்சும் பிரித்தானியாவும் உலகின் அடுத்த வல்லரசாகும் பந்தயத்தில் இறங்கி விளையாடிக் கொண்டிருந்தன. இந்தியா உட்பட பல நாடுகளில் இரண்டும் நாடுகளும் நங்கூரமிட்டிருந்தன. நெப்போலியன் பொனபாட் தலைமையிலான ப்ரெஞ்ச் புரட்சியில் சில தேசங்கள் பிரித்தானியாவுக்குக் கம்பளம் விரித்தன. நெதர்லாந்தும் அதில் ஒன்று. இந்தோனேசியாவின் பதவியாவில் காலூன்றியிருந்த ஒல்லாந்தக் குடியிருப்பும் **1795** காலப்பகுதியில் பிரிட்டன் வசமானது.

ப்ரான்ஸ் முன்னேறி வந்துகொண்டிருந்தது. ஒரு கட்டத்தில் நெதர்லாந்திலும் நுழைந்து விட்டது. நெதர்லாந்து மன்னன் வில்லியம் ஆரேன்ஞ் லண்டனுக்குத் தப்பியோடுகிறார். லண்டனின் க்யூ மாளிகையில் தஞ்சமடைகிறார்.

பிரான்ஸ், நெதர்லாந்தின் வசம் எஞ்சியிருந்த நாடுகளுக்குள் புகுந்து விடாமல் பாதுகாத்துத் தரும்படி பிரிட்டனை வேண்டுகிறார் வில்லியம். இது சம்பந்தமாக பிரிட்டனுக்குப் பூரண அதிகாரம் வழங்குவதாகத் தனது கைப்படக் கடிதம் எழுதி, தனது காலனிகளின் கவர்னர்களுக்கு அனுப்புகிறார் (அந்தக் கடிதங்கள் 'க்யூ' கடிதங்கள் என்று பிற்காலத்தில் புகழ்பெற்றன).

அந்தச் சமயம் இலங்கையின் டச்சு கவர்னராக இருந்தவர் 'வான் என்கல் பெக்'. க்யூ கடிதம் வந்து சேர்ந்த போதும் அவரால் அதனை ஏற்றுக் கொள்ள முடியவில்லை. முந்நூறு படை வீரர்களுடன் க்யூ கடித்தை ஏந்தி நின்ற பிரித்தானியத் தூதுவரிடம்,

"கடிதத்தின் அறிவுருத்தல்கள் தெளிவாக இல்லை. சிலோனை விட்டுத் தர முடியாது" என்று சொல்லி விடுகிறார்.

ஏற்கனவே தென்னிந்தியாவிலிருந்து பிரான்ஸ் நடத்தும் நாடகத்தை அறிந்தவர்கள் பிரித்தானியர். இலங்கையின் திருகோணமலைத் துறைமுகத்தைப் பிடிப்பதற்கு இரண்டு நாடுகளும் கடும் போட்டியிலிருந்தன.

படைபலத்தை அதிகப்படுத்திக் கொண்டு வந்து, வான் என்கல் பெக் தலைமையிலான படைகளைத் துரத்தியடிக்கிறார்கள். மட்டக்களப்பும் திருகோணமலையும் அவர்கள் வசமாகின்றன. அடுத்தடுத்து, யாழ்ப்பாணம், மன்னார் எல்லாம் ஒல்லாந்தரிடமிருந்து கைவிட்டுப் போயின. **1796** பெப்ரவரி **14**ஆம் தேதி, கொழும்பும் பிரித்தானியரிடம் முற்றாகச் சரணடைகிறது.

இலங்கையின் கரையோரம், பிரித்தானிய ஈஸ்ட் இந்தியக் கம்பனியின் சொத்தாகிறது! எவ்வளவு எளிதாக, மற்றவர் உடைமைகளை அவர்களையே கேட்காமல் தம் வசமாக்கிக் கொள்கிறார்கள் என்று பாருங்கள். கண்டியில் இருந்த அரசனின் அனுமதியோ, பேச்சுவார்த்தையோ எதுவும் இடம் பெறவில்லை. இத்தனைக்கும் கண்டித் தரப்பினர், பிரித்தானியாவுடன் கலந்துரையாடலுக்குத் தயாராக இருந்தனர்.

ஈஸ்ட் இந்தியக் கம்பனி கொழும்பைப் பிடித்ததுதான் தாமதம், கையோடு தனது முதலாவது கறுவா வணிகத்தை உத்தியோகபூர்வமாக ஆரம்பித்தது. முதல் வருமானமே மூன்று லட்சம் ஸ்டார்லிங் பவுண்ட்கள்! தாம் தங்க முட்டையிடும் வாத்தொன்றைப் பிடித்திருப்பதை அறிந்து கொள்கிறார்கள்! கண்டியைக் கைப்பற்றுவது பற்றி அவர்களிடம் அவசரம் ஏதும் இருக்கவில்லை. போர்த்துக்கேயரும் ஒல்லாந்தரும் எதிர்கொண்ட பிரச்சினைகளை எல்லாம் ஏற்கனவே அறிந்தவர்கள் அவர்கள். ஜோன் பைபஸ் குழு கொடுத்த அறிக்கையும் கைவசமிருந்தது.

ராஜாதி ராஜன் தனது இரண்டு தசாப்தகால ஆட்சியை முடித்து கி.பி 1798ஆம் ஆண்டு விபத்தொன்றில் கண்மூடுகிறார். பிலிமதலாவையின் கைகள் ஓங்குகின்றன. கந்தசாமி என்கிற இளைஞன் அரச ஆடைகள் பூணுகிறான். செங்கடகல ராஜதானியின் மணி முடி என்றைக்குமில்லாதவாறு அவனது சிரசு மீது அமர்ந்து கொள்கிறது. ஸ்ரீ விக்கிரம ராஜசிங்கன் என்ற பெயரில் அவரது அதிகார படலம் ஆரம்பமாகிறது.

அன்றைய அரசவையிலிருந்த இறுக்கமான சூழ்நிலையைப் புரிந்து கொள்வது சற்றே கடினமான காரியம்தான். எந்தப் பிரதானி யார் பக்கம் இருக்கிறார் என்பது சுத்தமாகப் புரியாது. பிலிமதலாவ மகா அதிகாரம் கூட ராஜாதி ராஜன் மீது அன்பு பெருக்கெடுத்து ஒன்றும் அரியாசணம் ஏற்றவில்லை. அவனுக்கிருந்தது பல வருடகால நிகழ்ச்சி நிரல். கட்டிளமைப் பருவத்திலிருந்த ராஜாதி, பிலிமதலாவயின் சொல் பேச்சுக் கேட்டு, ஒருவாறு மன்னனாக வலம் வந்து கொண்டிருந்தார். இதற்கிடையில் ஆங்கிலேயர் கரையோரத்தைப் பிடித்துக் கொண்டிருக்கிறார்கள்.

பிலிமதலாவயின் மூளை தீயாய் வேலை செய்தது. கரையோரத்தில் பிரிட்டிஷ் ஆளுனர் ப்ரட்ரிக் நோர்த் உடன் தொடர்பு வைப்பதற்காக அயராது முயற்சித்தார். கண்டிப் பக்கம் வருமாறு அழைப்பு விடுத்தார். ஆனால் அவர்களோ படு உஷாராக இருந்தனர். படையெடுக்கும் யோசனைக்கு பிரித்தானியாவிலிருந்து பச்சைக் கொடி காட்டப்படவில்லை. பிலிமதலாவ அதிகாரம் தனது முயற்சிகளைக் கைவிடவும் இல்லை.

ப்ரட்ரிக் நோர்த், மன்னார் கடற்கரைக்கு அண்மையில் தனது வாசஸ்தலத்தை அமைத்துக்கொண்டார். உப்பளங்களையும், முத்துக்குளிக்கும் பகுதிகளையும் தானாக நேரில் சென்று நிர்வகித்தார். சிலோனின் வளங்களை சுரண்டுவதில் அதீத ஆர்வம் காட்டினார்.

எப்போதும் போல, கரையோரத்துக்கும் கண்டிக்கும் இடையில் வணிகத் தொடர்பாளராகளாக இருந்தவர்கள் சோனகர்கள். 1803இல் ஒருநாள் வழமை போன்று செங்கடகல நகரை நோக்கி வியாபாரக் குழுவொன்று வருகிறது. வந்தவர்கள்

ஒற்றர்களாக இருக்கலாம் என்று திடீர் சந்தேகமொன்றைக் கிளப்புகிறான் பிலிமதலாவ மகா அதிகாரம். ஊர் மக்கள் வந்தவர்களின் பொருட்களைப் பறித்து, கை, மூக்கு, கண்களை சிதைத்து, வெட்டி அனுப்பும் அளவுக்கு வன்முறையைத் தூண்டுகிறான். குருதி வெள்ளத்தில் மிதந்த அந்தக் குழு, எதிர்பாராத இந்த சம்பவத்தால் உருக்குலைந்து போகிறது. பலரது உயிர் போகிறது. எஞ்சியவர்கள் கரையோரத்துக்குத் திரும்பிச் செல்கிறார்கள். ஆளுனரிடம் போய் தமக்கு நடந்த அநியாயத்தை முறையிடுகிறார்கள்

தமது அதிகாரத்துக்குட்பட்டவர்களை, கண்டியர்கள் அநாவசியமாகத் தாக்கியமை, ஆங்கிலேயர்களுக்கு சரியாகப் படவில்லை. பல வருட கால அமைதியைக் கலைத்த ஆங்கிலேயப்படை கண்டியிடமிருந்து மாபெரும் நஷ்ட ஈடொன்றைக் கோருகிறது. நடந்த சம்பவங்கள் எதையும் அறியாத மன்னன், அவர்களது ஆணையை அலட்சியமாகக் கடந்துவிடுகிறார்.

கடும் கோபம் கொண்ட பிரித்தானியர்கள் படையுடன் கிளம்பி வருகிறார்கள். மன்னனோ, ஹங்குரக்கெத்த நோக்கித் தப்பிச் செல்கிறார். படை திரட்டி வந்த ஆங்கிலேயர்கள் பிலிமதலாவயின் அனுசரணையுடன் முத்துசாமியை ஆட்சி பீடமேற்றிச் செல்கின்றனர். இந்தப் பிலிமதலாவ யாருக்குத் தான் விசுவாசமாக இருந்தார்?

மிகச் சொற்ப காலத்தில் தனது படையைத் தயார் செய்து கொண்டு வந்த ஸ்ரீ விக்ரம ராஜசிங்க மன்னனின் வீர பராக்கிரமத்திற்கு முன்னால் ஆங்கிலேயர்கள் தோற்றுப் போகிறார்கள். கண்டிக்கே உரிய மழைக் காலநிலை, நில அமைப்பு, படை பலம், யுத்த தந்திரங்கள் எல்லாம் சேர்ந்து அவர்களை ஓட ஓட விரட்டுகின்றன. மன்னன் தனது மணிமுடியினை மீளப் பெற்றதோடு மட்டுமல்லாது, பிலிமதலாவயையும் கொலை செய்யும்படி உத்தரவிடுகிறார்.

புதிய மகா அதிகாரமாக எஹலியபொல நியமிக்கப்படுகிறார். சப்ரகமுவ மாகாணத்திற்குப் பொறுப்பாக இருந்தவர் அவர்.

சிறிது காலத்தின் பின், மன்னன் தனது மாளிகையைச் சுற்றி மதில் கட்டுவதற்காக, கட்டடக் கலைஞர்களை சபகரமுவவிலிருந்து வரவழைக்கிறார். மாளிகைக்கு எதிர்ப்புறமாக பாரியதொரு வாவி அமைக்க வேண்டும். அந்த வாவியில் தனது மனைவியர் நீராடச் செல்வதற்கு சுரங்கப்பாதை அமைக்க வேண்டும் என்றெல்லாம் திட்டம் தீட்டுகிறது அவரது மூளை. ஆனால் வாவி அமைக்கும் பணிக்காக மூட்டை முடிச்சுகளுடன் வந்த சபரகமுவ பிராந்திய கட்டடக் கலைஞர்களை ஒழுங்கான முறையில் உபசரிக்கத் தவறுகிறது கண்டி. எதிர்காலத்தில் இது பெரும் பிரச்சினையாக உருவெடுக்கப்போகும் விடயம் அந்தக் குளத்தின் அணைக்கட்டுகளுக்குத் தெரிந்திருக்குமோ என்னவோ.

18. ஒரு பூங்காவனம்

பளிங்கை நீராக்கி உருக்கியது போன்று மின்னியது கண்டி வாவி. பின்னணியில் கம்பீரமாக நின்றிருந்த தலதா மாளிகையின் தோற்றம் செங்கடகல நகரின் மிடுக்கை இன்னும் அதிகப் படுத்தியது. அமைதியான அந்த நகரத்தின் அந்தப்புரத்திலோ, அரியாசணத்திலோ, அமைதி குடிகொண்டிருக்கவில்லை. எப்பொழுது வேண்டுமானாலும் புரட்சி வெடிக்கும்போல இருந்தது.

ஆங்கிலேயப் படை தோற்றுத் திரும்பியிருக்கிறது. பிலிமதலாவ சிரைச்சேதம் செய்யப்பட்டிருக்கிறார். புதிய மகா அதிகாரம் எஹலியபொல மீது நம்பிக்கை வைப்பதெல்லாம் இலகுவான காரியமல்ல. எப்போதும் எல்லோர் மீதும் ஒரு கண் இருக்க வேண்டும். மன்னனது இரவுகள் தூக்கமற்றுக் கடந்தன.

1804. அப்போதைய ஆளுனர் பிரெட்ரிக் நோர்த், மீண்டும் ஒரு படையைத் தயார் செய்து கொண்டு கண்டிக்கு வர ஆயத்தமானார். அதனைக் கேள்வியுற்ற மட்டக்களப்பிலுள்ள ஓந்தாச்சி மடம் கிராமத்து இளைஞர்கள், அணிதிரண்டு ஆளுனரை எதிர்க்கக் கிளம்பிவிட்டனர். கண்டிக்குப் படை எடுப்பதைக் கண்டித்து ஆர்ப்பாட்டம் செய்தனர். சினம் கொண்ட ஆளுனர் ஏழு முஸ்லிம் இளைஞர்களையும், பத்தொன்பது சிங்கள இளைஞர்களையும் கொண்ட அந்தக் கூட்டத்திடம் சரணடையும்படி உத்தரவிடுகிறார்.

ஆனால் இளமையும் தேசப்பற்றும் அவர்களுக்குள் முறுக்கேறியிருந்தது. தமது நிலைப்பாட்டில் உறுதியாக நின்று தலைமறைவாகிவிட்டனர். ஆங்கிலேயர்கள் இவர்களைத் தேசத்துரோகிகளாக அறிவித்து, தமது பத்திரிகையின் முதல் பக்கத்தில் பெயர் விபரங்களை வெளியிடுகின்றனர்.

பிற்காலத்தில் (2016) தேசத்துரோகிகளாக அறிவிக்கப்பட்ட அத்தனை பேரும், தேசிய வீரர்களாக மீள அறிவிக்கப்படுகின்றனர். ஆனால் அந்த ஏழு முஸ்லிம் வாலிபர்களது பெயரும் பட்டியலில் இடம்பெறாததுதான் அதிர்ச்சிக்குரியது.

ஒல்லாந்தர் காலத்தில், வழிபாட்டுக் காரியங்களைக் கிட்டத்தட்ட அஞ்ஞாதவாசம் போலச் செய்து வந்த முஸ்லிம்களுக்கு வணக்க சுதந்திரம் ஆங்கிலேயர் வந்து ஓரிரு வருடங்களிலேயே கிடைத்திருந்தது. பள்ளிவாயல் கட்ட முன் அனுமதி பெற வேண்டும் என்கிற ஒல்லாந்த சட்டத்திலிருந்து விடுதலை 1799இல் கிடைத்திருந்தது.

அதேபோல, 1805ஆம் ஆண்டு, ஆளுநர் தோமஸ் மெயிட்லண்ட் கையெழுத்திட்ட முஸ்லிம் தனியார் சட்டக் கோவையும் வெளியிடப்பட்டது. 'The Mohammedan Code of 1806' என்ற பெயரில் வெளியிடப்பட்ட அந்தக் கோவையில் முஸ்லிம் விவாக, வாரிசு சட்டங்கள் உள்ளடக்கப்பட்டிருந்தன. அதில் முஸ்லிம்கள் சார்பாக மீரா லெப்பை மேஸ்திரியார் கையொப்பமிட்டிருந்தார். அவர் 1791இல் ஒல்லாந்தரின் அரச மருத்துவராகவும் கொழும்பு முஸ்லிம்களின் தலைவராகவும் இருந்தவர். மீண்டும் ஆங்கிலேயர் காலத்திலும் உயர் நீதிமன்றத்தின் அதிகாரத்தின் கீழ், வைத்தியத் திணைக்களத்தின் உள்நாட்டு அத்தியட்சகராக அவரை நியமித்தனர்.

அக்காலத்தில் பிரதம நீதியரசராக Sir அலெக்ஸாண்டர் ஜோன்ஸ்டன் விளங்கினார். அவர் எழுதிய குறிப்புகளில் மீரா மேஸ்திரியார் பற்றிக் குறிப்பிடுகையில் "நாட்டிலுள்ள வைத்தியர்களில் ஆகக்கூட அறிவு பெற்றவர் என்று நாட்டு மக்களால் கருதப்பட்டார்" என்கிறார்.

பிரெட்ரிக் நோர்த் இன் காலம் முடிந்து, தோமஸ் மெயிட்லண்ட் ஆளுநராகப் பதவியேற்கிறார்.

மீரா லெப்பை மேஸ்திரியார் மருத்துவ ஆராய்ச்சியிலும் சமூகப் பணியிலும் ஈடுபட்டிருந்த போது, சுதேச மூலிகைகள் தொடர்பாகவும், முஸ்லிம் மருத்துவர்கள் ஆரம்ப காலம் தொட்டுப் பயன்படுத்திய மூலிகைகள் தொடர்பாகவும் ஆய்வறிக்கையொன்றை வெளியிட்டிருந்தார். நீதியரசர் அலெக்ஸாண்டர் ஜோன்ஸும் அதனை உயர்வாக சிபாரிசு செய்திருந்தார். அதனடிப்படையிலேயே இன்றைய பேராதெனிய தாவரவியல் பூங்காவிற்கான ஆரம்பப் பரிந்துரை பிரித்தானிய அரசால் ஏற்றுக்கொள்ளப்பட்டது. அறிக்கையில் குறிப்பிட்ட மூலிகைகளையும் ஏனைய உள்நாட்டுத் தாவரங்களையும் உள்ளடக்கியதாக ஒரு பூங்காவை அமைப்பதற்கான அந்தப் பரிந்துரை மூலம் 1810இல் பூங்கா உருவாக்கப்பட்டது.

(ராஜாதி ராஜ மன்னன் காலத்திலேயே கோபால வைத்தியர்களின் பரிந்துரையில் அமைக்கப்பட இருந்த பூகங்காவனம், பிறகு கைவிடப்பட்டது)

அந்த ஆண்டில் மேற்கொள்ளப்பட்ட கணக்கெடுப்பின்படி கண்டி அரச இராணுவப் படையில் இருநூற்றைம்பது சோனகர்களும், நானூறு மலாய வீரர்களும் இருநூறு மலபாரிகளும் இருந்தனர்.

புது ஆளுனர், தோமஸ் மெயிட்லண்ட் பழையவர் நோர்த் இன் அனுபவங்களை அள்ளிப் பருகிய பின்னரே சிலோன் வந்திருந்தார். அவர் எதற்குமே அவசரப்படவில்லை. படை திரட்டுவது, கண்டியை நோக்கிப் புறப்படுவது எதுவுமே நடக்கவில்லை. அதற்காக, கண்டி ராஜதானி அதன் பாட்டுக்கு இயங்கட்டும். நாம் நமது கடற்தொழிலைப் பார்ப்போம் என்று இருந்துவிடவும் இல்லை. கேம்ப்ரிஜ் பல்கலைக்கழகத்தில் கற்ற பிரித்தானிய அறிஞர் ஜான் டாய்லியை இலங்கையின் கௌரவ வதிவிடப் பிரதிநிதியாக அழைத்துக்கொள்கிறார்.

ஜான் டாய்லி, சிலோனுக்கு வந்து அதிரடியான தந்திரத் திட்டங்களோடு கண்டியை நோக்கிப் படையெடுத்தாரா என்றால் அதுதான் இல்லை. வந்து தன்னை ஆசுவாசப்படுத்திக் கொண்டு கூர்ந்து அவதானிக்கத் தொடங்கிவிட்டார். கடந்த நானூறு வருடங்களாக, இரண்டு ஐரோப்பிய ஆதிக்க சக்திகள், கண்டியினுள் நுழைவதற்காக எத்தனையோ வழிகளைப்

பிரயோகித்தும் எதுவித பயனும் இல்லாமல் போயிற்று. நவீன ரக ஆயுதங்களென்ன, உள்நாட்டு உதவிகளென்ன. எதற்குமே மசியாத ஒரு ராஜ்யம் அது.

டாய்லி உள்நாட்டு மக்களின் நடத்தைகள், சிந்தனைப் போக்குகள் என்பவற்றைக் கற்கத் தொடங்கினார். உள்நாட்டு மொழிகளைப் பரிச்சயமாக்கிக் கொண்டார். பழக்கவழக்கங்கள், சம்பிரதாயங்களைத் தெரிந்து கொண்டார். அவரது ஆர்ப்பாட்டமில்லாத அவதானத்தில் ஒன்று மட்டும் புரிந்தது. மக்கள் நாட்டின் தலைவன் மீது, அளவுகடந்த அபிமானம் வைத்திருந்தனர். அவர்கள் மாபெரும் பாதுகாப்பு அரணாக இருக்கும்வரை, அரசனை அசைக்க முடியாது! முதலில் அதனை உடைக்க வேண்டும்!

1812இல் பதவியேற்ற ஆளுநர் ராபர்ட் ப்ரவுன்ரிக் இன் காலத்தில் ஜோன் டாய்லியின் ஆலோசனைகள் அமலுக்கு வரத் தொடங்கின. அதன் படி, முதலில் அரசன் ஸ்ரீ விக்ரம ராஜ சிங்கனின் மாளிகையின் பின் வாயில் வழியே மது போத்தல்கள் உள்வரத் தொடங்கின. தூக்கமற்றுக் கடந்த அவனது இரவுகள் அனைத்தும் போத்தல்களின் புண்ணியத்தில் போதையில் நனைந்தன. மொல்லிகொட அதிகாரம் பக்கத்திலேயே இருந்து, மன்னன் குடிக்கு அடிமையாவதைப் பார்த்து ரசித்திருந்தார்.

அதே காலப்பகுதியில் பௌத்தர்களின் புனித அஸ்கிரிய பீடமும், மல்வத்து பீடமும் உயர்ந்து நின்ற கண்டி மண்ணில் இரண்டு மூன்று கொலைச் சம்பவங்கள் நடந்தேறின. அதில் இளம் பிக்கு ஒருவரின் மரணம் மக்களை உலுக்கிப் போட்டு விட்டது. மன்னனின் ஆட்சியில் கரும்புள்ளிகளாக அவையும் பதிந்து விடுகின்றன. குளக் கட்டுமாணப் பணிக்கு வந்து அதிருப்தியுடன் திரும்பிய சபரகமுவ மக்கள் மன்னனுக்கு எதிரான போக்கில் இயங்கும் செய்தியும் அரண்மனையின் வாசலைத் தாண்டி வருகிறது.

“எஹலியபொல அதிகாரம் அங்கே என்ன செய்கிறார்? அவரும் எனக்கெதிராச் சதி செய்கிறாரா?”

மொல்லிகொட அதிகாரத்திடம் மன்னன் மனம் குமுறுகிறார்.

“அவனைப் பிடித்து வாருங்கள்.”

பிடியாணை பறக்கிறது. இதனை அறிந்த எஹலியபொல, கொழும்புக்குத் தப்பிச் சென்று ஆங்கிலேயர்களிடம் சரணடைகிறார். எஹலியபொல போனாலென்ன? அவனது முழுக்குடும்பமும் இங்கே இருக்கிறதே. அவர்கள் அனைவரையும் மக்கள் மத்தியில் வைத்துத் தனித்தனியாக சிரச்சேதம் செய்ய உத்தரவிடுகிறார் ஸ்ரீ விக்ரம ராஜசிங்கன்.

எஹலியபொலவின் மனைவி குமாரிஹாமி, தனது கைக்குழந்தையை இடுப்பில் ஏந்தியிருந்தாள். அழகுக்கும், அறிவுக்கும் பெயர் போனவள் குமாரிஹாமி. மொல்லிகொடக்கும் அவள் மீது எப்போதும் ஒரு கண் இருந்தது. ஆனால் பாவிப்பயல் எஹலியபொல அவளை அடைந்து கொண்டு குடும்பமே அமைத்திருந்தான். குமாரிஹாமியையும், குழந்தைகளையும் இழுத்து வந்தார்கள் அரச காவலாளிகள்.

மாளிகையின் முன் இருந்த திறந்த மண்டபத்தில், நாற்காலியிட்டு, உச்ச போதையில் மன்னன் அமர்ந்திருக்க, அவருக்குப் பக்கத்தில் மொல்லிகொட அதிகாரம் நின்றிருந்தான். அந்தக் குடும்பம் தண்டனை பீடத்துக்கு முன் கொண்டுவரப்பட்டது. ஒவ்வொரு முறையும், மொல்லிகொட குனிந்து, அரசனின் காதில் உத்தரவினைக் குசுகுசுக்க,

“வெட்டுங்கள்” என்று போதையில் உத்தரவிட்டார் மன்னன். அத்தனை பேரினதும் உயிர்கள், இரக்கமேயின்றிப் பறிக்கப்பட்டன. கூடியிருந்த மக்கள் வெள்ளம் ரத்தக் கண்ணீரில் மிதந்தது. அந்தக் கூட்டத்தில் ஒரு பொற்கொல்லரும் இருந்தார். அவர் அந்த மொத்தக் காட்சியையும் தங்கப் பாத்திரமொன்றில் வரைந்து, உணர்ச்சிகளாகக் கொட்டி வைத்தார். இன்றும் அந்தப் பாத்திரம், பிரித்தானிய நூதனசாலையொன்றில் பார்வைக்கு இருக்கிறது.

எஹலியபொலவின் பதவிக்கு மொல்லிகொட நியமிக்கப்படுகிறார். அந்தச் சமயத்தில் நாட்டு மக்களின் நெஞ்சத்தில் , ஸ்ரீவிக்ரம ராஜசிங்கன் கொடுங்கோல் ஆட்சியாளனாகப் பதிந்து போய்விடுகிறார். எனினும் குடிபோதையிலிருந்த மன்னனைத் தன் இஷ்டம் மோல ஆட்டுவித்த மொல்லிகொட அதிகாரம் செய்த செயலே இது என்பது வரலாற்றாசிரியர்களின் கருத்தாக இருக்கிறது.

மக்கள் பேரலையாக அரசனை எதிர்க்கத் தொடங்கினர். குடிபோதையில் முழுநாளும் வலம் வந்து, மக்களின் வழக்குகளை விசாரிக்கும் போதும் மயக்க நிலையிலே இருந்த மன்னனை அவர்கள் வெறுத்தார்கள்.

மக்களுக்கு கடுமையான ஊழியங்களை வழங்கினார் ஸ்ரீ விக்ரமன். யானைகளால் மட்டுமே தூக்கிச் செல்லக்கூடிய மரக் குற்றிகளை மக்களை விட்டு நகர்த்தச் சொல்வார். அவர்கள் பல மணி நேரம் கஷ்டப்பட்டு இழுத்த பின்னர், மீண்டும் ஆரம்ப இடத்துக்கே எடுத்து வர வைப்பார். மக்கள் பிரிநிதிகளாக இருந்த அதிகாரம்களிடம் முறையீடுகள் வந்த வண்ணமே இருந்தன.

அவர்கள் அனைவருமாகத் தீர்மானித்து, கொழும்பிலுள்ள ஆங்கிலேயர்களின் தலைமையகத்தில் போய் தஞ்சமடை கிறார்கள். கண்டி ராஜ்ஜியம் என்பது அதன் மன்னன் மட்டுமல்ல மக்களும் மக்கள் பிரதிநிதிகளும் இணைந்தது. இப்போது மன்னன் தவிர மற்றனைவரும் பிரித்தானியர் காலைப் பிடித்துவிட்டனர்.

அடித்தது யோகம் என்று மக்களைக் காக்கும் காவல் தேவதையாக ஆளுநர் ப்ரவுன்ரிக் கண்டிக்கு ஒரு பொது அறிவித்தலை அனுப்புகிறார்.

“அன்புக்குரிய கண்டி மக்களே. நாங்கள் உங்களை கொடுங்கோலனிடமிருந்து மீட்க வருகிறோம். காத்திருங்கள்.”

ஜான் டாய்லி வரைந்த திட்டம் கச்சிதமாக வேலை செய்தது. கண்டியை நோக்கிப் புறப்பட்ட பிரித்தானியப் படை அரசனைத் தேடி மாளிகையை அடைந்தது. அவர் தனது மனைவியர் இருவருடன் ஏலவே தப்பிச் சென்றிருந்தார். மக்கள், மன்னர் எங்கு ஒளிந்திருப்பார் என்பதை அறிந்து வைத்திருந்தனர். நேராக அவரது மனைவி ரங்கம்மா இருந்த வீட்டை அடைகின்றனர்.

பிரித்தானிய சிப்பாய்களுடன் போய் அவரையும் மனைவியரையும் வீட்டிலிருந்து தரதரவென்று இழுத்து வந்து முற்றத்தில் விடுகின்றனர்.

அந்த இரண்டு பெண்களில் ரங்கம்மா நல்ல அழகி. அவளது காதுகளில் பற்றியிருந்த தங்கக் குண்டலங்களை, மக்களில் ஒருவன் பாய்ந்து பறித்தெடுக்கிறான். ரங்கம்மாவின் செவி கிழிந்து சொட்டிய ரத்தம் அவளது மேலாடையை மொத்தமாக நனைத்து விட்டது. ரத்தக் கறை படிந்த அந்த மேலாடை, இன்றும், கொழும்பு நூதனசாலையில் சாட்சியாக அமர்ந்திருக்கிறது.

1815 பெப்ரவரி மாதம் பதினெட்டாம் தேதியன்று, ஸ்ரீ விக்ரம ராஜசிங்க மன்னன், பிரித்தானிய ஆளுநரால் பதவி நீக்கம் செய்யப்படுகிறார். உலகப்புகழ் பெற்ற, 'கண்டி சாசனம்' என்ற ஒப்பந்தம் கைச்சாத்திடப்பட்டது.

மன்னனைக் கைது செய்து கண்டி நகரத்து வீதி வழியே அழைத்துச் சென்றார்கள். மக்கள் தெருவோரமாகவும், கட்டிடங்களின் மேலும் கூடியிருந்து வேடிக்கை பார்த்தார்கள். ராஜசிங்கனின் பாதங்களோ நடக்க மறுக்கின்றன.

"எனக்குக் கீழிருந்த மக்கள் மேலே இருக்க, நான் தெருவில் நடந்து செல்வதில் எனக்கு உடன்பாடில்லை" திட்டவட்டமாகக் கூறிவிடுகிறார்.

அவரது வேண்டுகோளை மதித்த ஆதிக்க அரசு, மக்களை அப்புறப்படுத்திய பின்னர், அவரை அழைத்துச் சென்றது. இரண்டாயிரம் வருடப் பாரம்பரியம் கொண்ட ஒரு நாட்டின் இறுதி மன்னன், நெடுஞ்சாலை வழியே தலைகுனிந்து நடந்து சென்ற காட்சியைப் பார்ப்பதற்கு அஞ்சி, கண்டியின் மலைமுகடுகள் யாவும் கருமைக்குள் ஒளிந்துகொண்டன.

19. நல்ல காலம் பிறக்குது

மலைநாட்டின் எழில் மிகு கண்டி ராஜதானியைக் கைப்பற்றியதோடு, ஒட்டுமொத்த சிலோனினதும் புதிய ஆட்சியாளராகிறார் பிரித்தானியாவின் மூன்றாம் ஜார்ஜ் மன்னன். கைப்பற்றிய நகரமா, இல்லை பிரபுக்களால் தாரைவார்க்கப்பட்ட நகரமா என்பதில் ஏகப்பட்ட சந்தேகங்கள் இருப்பது வேறு கதை. பல வருட காலக் கனவு தேசமொன்று, எந்தவித யுத்தமோ ரத்தமோ இன்றி அவர்களின் வசமாகிறது. அதுவும் மக்களின் முழு ஆதரவுடன். கணவாய்களும், மேடுபள்ளங்களும் குளிர்கால நிலையும் கச்சிதமாகப் பொருந்தி வந்து இயற்கையாகக் கொடுத்த முழுப் பாதுகாப்போடு தன் பாட்டில் இயங்கி வந்த நகரம். இறுதியில் என்ன ஆயிற்று? மக்கள் மத்தியில் சின்னதாகக் கொளுத்திப் போடப்பட்ட திரி, பெரிதாகப் பற்றி எரிந்ததால் நகரம் கைவிட்டுப் போய்விட்டது.

புதிய அரசாங்கத்தின் செயற்பாடுகள் யாவும் மனதை நெகிழச் செய்தன. பிராத்தானிய அரசு, 2300 ஆண்டுகள் பழமையான மன்னர் ஆட்சி முறையைத்தான் ஒழித்ததே தவிர, கண்டியின் கலாசாரத்தின் மீது கைவைக்கவில்லை. 'கண்டி சாசனம்' மக்கள் விழுமியங்களை மதித்து வடிவமைக்கப்பட்டிருந்தது. அதிகாரிகள் அதனை சிறப்பாகப் பின்பற்றவும் செய்தார்கள்.

புகையை ஊதும் நீண்ட குழாயுடன் நகரமெங்கும் உல்லாசமாக வலம் வந்தார்கள் ஆங்கிலேயர்கள். தந்த தாதுவை ஊர்வலமாக எடுத்துச் செல்லும் தலதா பெரஹறாவை தடையின்றி நடத்திச் செல்ல அனுமதித்தார்கள். வணக்க வழிபாடுகளில் சுதந்திரம் கிடைத்தமையால் கண்டி மக்களும் கண்டுகொள்ள வில்லை.

காலம் போகப் போக, ஆங்கிலச் சாயம் வெளுக்கத் தொடங்கியது. சப்பாத்துக் கால்களுடன் கண்டி மாநகரின் பௌத்த புனித பூமிக்குள் ஆங்கிலப் பிரபுக்கள் சஞ் சலமேயில்லாமல் பிரவேசித்தனர். அதுகூடப் பரவாயில்லை. சாமானிய அதிகாரிகளும் கூடப் பிரவேசித்தனர். ஒரு தராதரமே இல்லாமல் மிதிக்கப்பட்டது பூமி. இதுவரை காலமும் கண்டி ராஜதானியின் முகாந்திரம்கள் மட்டுமே பயன்படுத்திய வாகனங்களில், அந்த அதிகாரிகள் சர்வசாதாரணமாகப் போய் வந்தனர்.பிக்குகளைக் காலில் விழுந்து கும்பிட்ட மக்கள் வாழ்ந்த ஊரில் பிக்குகளோடு கைகுலுக்கி உரையாடினர். எல்லாமே வேறு மாதிரி இருந்தது. கலாசாரக் குளறுபடிகளால் ஒட்டுமொத்த இலங்கையும் திண்டாடிப் போனது.

முஸ்லிம்களுக்கோ கொஞ்சம் நல்ல காலம். ஒல்லாந்தரின் கொடூரக் கைகளில் இருந்து விடுபட்டு இயல்பாக மூச்சுவிடக் கிடைத்தது. நாட்டில் வாழும் ஒரு சிறுபான்மை இனமாக, அவர்களை அடையாளம் கண்டது புது அரசு. கரையோரப் பிரதேசத்தில் மட்டும் நடைமுறையிலிருந்த புதிய முஸ்லிம் சட்டக் கோவை முழுத் தீர்வுக்குமுரியதானது.

பிரித்தானியர் எதற்காக இங்கே வந்தார்கள்? முடிந்தவரை வளங்களை அள்ளி, இலாபமீட்டுவதற்காக அல்லவா.

அந்த வகையில் முஸ்லிம்களின் சுறுசுறுப்பும் செயற்திறனும் அவர்களுக்கு ஒத்து வந்தது. **1816** இல் யானை பிடிக்கும் பணிக்கென்று ஒரு முதலியாரை அரசாங்கம் நியமித்தது. அவரது பெயர் மதுர சாஹிப் மாக்கார். மன்னாரின் முசலி பிரதேச முஸ்லிம்கள் யானை பிடிப்பதில் வித்தகர்களாக இருந்தனர். **1816** முதல் அடுத்தடுத்த ஆண்டுகளில் யானை ஏற்றுமதி வருமானம் அதிகரித்துக்கொண்டேபோனது. **1867** ஆம் ஆண்டில் அந்த வருமானம் **23,286** ஸ்டேர்லிக் பவுன்களானது!

கண்டியை வெற்றிகொண்டு இரண்டு வருடங்களாகிவிட்டன. 'ஊவா வெல்லஸ்ஸ' என்றொரு பிரதேசம். வெல்லஸ்ஸ என்ற சொல், 'ஒரு இலட்சம் வயல்கள்' என்ற சிங்களப் பதத்தைக் குறிக்கிறது. இளம் பச்சை நிறப் 'பளிச்' சேலை கட்டிய 'மெனிகே' போன்று காட்சியளித்தது வெல்லஸ. அங்குள்ள பரந்து விரிந்த வயல்களில் விளையும் நெல் அரிசிச் சோறு, முழு சிலோனுக்கும் போதுமாக இருந்தது. ஓடைகளுக்கும் குளங்களுக்கும் பஞ்சமே இருக்கவில்லை. சிங்களவர்கள் விவசாயமும் வேளாண்மையுமாக மகிழ்ச்சியோடு வாழ்ந்திருந்தார்கள். முஸ்லிம் குடியேற்றங்களும் பக்கத்தில் அமைந்திருந்தன. (ராஜசிங்க மன்னனிடமிருந்து பாத்திமா நாச்சியார் பரிசாகப் பெற்ற ஊர் உட்பட)

அங்கு போய் ஒரு முஸ்லிம் நபரை மடிகே முகாந்திரமாக நியமிப்பது நியாயமா? பிரித்தாள்வதில் பெயர் பெற்ற பிரித்தானியர், அந்தக் காரியத்தை செவ்வனே செய்தார்கள். ஹஜ்ஜி மரிக்கார் என்பவர் ஊவா வெல்லஸயின் மடிகே முகாந்தரமாகிறார்! அதாவது போக்குவரத்துத் துறை அமைச்சர்!

முடியவில்லை. இந்தச் செய்தியை, சிங்கள மக்களால் ஜீரணிக்கவே முடியவில்லை. “ஒரு சோனகன் சிங்கள ஊரில் தலைவனாகுவதா?” என்ற சித்தாந்தம் அன்றைக்குமட்டுமல்ல என்றைக்குமிருக்கிறது. சோனகன் எப்படி சிங்களவர்களின் உழைப்பின் காசையெல்லாம் சுருட்டிக்கொள்வான் ? எமது மாட்டு வண்டிகள் நெல் சுமந்து செல்லும்போது, அவனுக்கும் மரியாதை செய்ய வேண்டுமா என்றெல்லாம் அறிவியல் பூர்வமாய் யோசித்துக் கடும் கோபங் கொண்டனர் சிங்கள மக்கள். அரசோ, இரண்டு வருடகாலமாக கொடுத்த எந்த வாக்குறுதியையும் காப்பாற்றவுமில்லை. விவசாயத்துக்காக எதுவும் செய்யவுமில்லை. பௌத்த சமயத்தையாவது மதிக்கிறதா என்று பார்த்தால் அதுவுமில்லை. இப்படி எல்லாம் இருக்கத்தான் தலைக்கு மேல் கத்தியாய் முஸ்லிம் நியமனம்.

ஆயுதங்கள் சகிதம் வீதிக்கு இறங்கினார்கள் சிங்களவர்கள். வீதி வீதியாக மக்கள் எதிர்ப்புக் கோஷங்களோடு பவனி வரத் தொடங்கினர். வர வர, பக்கத்து ஊர்களுக்கும் செய்தி பரவியது.

என்ன ஏதென்று விசாரித்து வரும்படி, 'கெப்படிபொல நிலமேயை' படையுடன் அனுப்பி வைக்கிறார் ஆங்கில ஆளுனர். ஆனால் கெப்படிபொல ஊர்க்காரர்களைக் கண்டவுடன் குளத்தைக் கண்ட உள்ளூர் மீன் போல, கட்சி மாறி விடுகிறார். ஆர்ப்பாட்டக்கார்களின் பக்கம் சாய்கிறார். கெப்படிபொல தங்களுடன் சேர்ந்தது, அவர்களுக்கு அசுர பலத்தைக் கொடுத்தது.

2022இல் காலிமுகத்திடலில் அராஜக ஆட்சியாளருக்கு எதிராக நடந்த இளைஞர் கலகம் போல நாளுக்கு நாள் மக்கள் வெள்ளம் அதிகரித்துச் சென்றது. முஸ்லிம் வாலிபர் பலரும் இக்கூட்டத்தோடு கோவிந்தா போட்டதுதான் இங்கே சிறப்பம்பசமே!

ஒரிரு மாதங்களல்ல! 1817இல் ஆரம்பமான கலவரம் 1818 வரை நீண்டது. பிரித்தானியாவிலிருந்து ஆலோசனைகள் வந்த வண்ணமே இருந்தன. வயல்கள் அனைத்தையும் எரிக்கச் சொன்னார்கள். பலா, ஈரப்பலா போன்ற பழ மரங்களை வெட்டச் சொன்னார்கள். இருந்தும் ஓயவில்லை. ஆங்கில அரசாங்க அதிபர் (கலெக்டர்) டக்லஸ் கலவரத்தை அடக்க வந்த போது அவரைப் பரலோகம் அனுப்பி வைத்தார்கள்.

அராஜகம் உச்சத்துக்கு ஏற ஹஜ்ஜி மரிக்காரையும் வெட்டிச் சாய்க்கின்றனர் மக்கள். அதனை விசாரிக்கச் சென்ற ஊவா வெல்லஸ்ஸ பகுதியின் ஆங்கிலப் பிரதிநிதி வில்சனும் கொல்லப்படுகிறார். அடுத்து, ஆங்கிலேயர்கள் மலாயப் போர் வீரர்களோடு களமிறங்குகிறார்கள். தான் ராஜ பரம்பரையிலிருந்து வருவதாக அரச உரிமை கோரிய ஒருவனும் ஆர்ப்பாட்டக்காரர்களிடையே இருந்தான். அவனது முகத்திரை கிழிந்து விடுகிறது. அவன் நாயக்க வம்சத்தவன் அல்ல என்பதும், போலி என்பதுவும் தெரிய வருகிறது. அதனோடு, மக்களிடமிருந்த நம்பிக்கையின் ஒரு பகுதி செத்துப் போய்விடுகிறது. கட்டபொம்மனுக்கு ஒரு எட்டப்பனைப் போல, 'எக்நலிகொட' என்ற அதிகாரமும், மொல்லிகொட அதிகாரமும் சிங்களவர்களைக் காட்டிக் கொடுக்கின்றனர். புரட்சியில் முன்னின்று வீரம் புரிந்த கெப்படிபொல உட்பட பலர் கைதாகினர். ஆங்கிலேயரிடம்

சேவையாற்றிக்கொண்டிருந்த எஹலியபொல முகாந்திரம் சரணடைகிறார்.

கைதான கெப்படிபொலவுக்கு சிரச்சேதத் தீர்ப்பு விதிக்கப்படுகிறது. குறித்த தினமன்று, அவர் துளியும் வீரம் குன்றாது, குளித்துப், புத்தாடை பூண்டு, தலதா மாளிகையைத் தரிச்சித்துவிட்டு கொலைக் களத்துக்கு வருகிறார். தன்மீது பாய்ந்த வாளைக் கொஞ்சமும் சட்டை செய்யாது ஏற்றுக்கொண்ட அவரது நெஞ்சுறுதி, ஆங்கிலேயர்களை வியப்பில் ஆழ்த்தியது. வெட்டுண்டு உடலை விட்டுப் பிரிந்த அவரது வீரத் தலையை, இங்கிலாந்திற்கு எடுத்துச் சென்றார்கள். அருங்காட்சியகத்தில் பல வருடங்கள் வைத்துப் பாதுகாக்கிறார்கள்.

காட்டிக் கொடுப்புகளாலும், மனித நேயமற்ற அடக்கு முறைகளாலும், மக்கள் புரட்சி தோல்வியைச் சந்தித்தாலும், 1818ஆம் ஆண்டின் மக்கள் எழுச்சியால் ஆங்கிலேய அரசு பலத்த நஷ்டத்துக்கு உள்ளாகிறது. இனியென்ன, ஒரு வருட காலமாகக் கலவரத்துக்காகச் செலவு செய்த வளங்களை எல்லாம் மீட்க வேண்டிய தேவை வந்துவிட்டது.

பொருளாதாரத்தை மீட்பதில் முஸ்லிம்களுக்கிருந்த திறனை அவர்கள் சரியாக இனங்கண்டிருந்தனர். அல்லது இப்படியும் கூறலாம். அவர்களது முதலாளித்துவப் பொருளாதார முறைக்கு, முஸ்லிம்கள் வெகு சீக்கிரமாகவே இயைபாகிவிட்டனர்.

ஆங்கிலேயர், வருமானத்தைப் பெருக்குவதற்காக எடுத்த முயற்சிகள் ஏராளம். மலைநாட்டின் சீதோஷ்ண நிலை தேயிலை பயிரிடுவதற்கு ஏற்றதாக இருப்பதை அவதானித்து, 1825இல் தேயிலையை வர்த்தக ரீதியாகப் பயிரிடத் தொடங்கினார்கள். அந்தப் பணிகளுக்காக, இந்தியாவிலிருந்து தமிழர்களை அழைத்து வந்தார்கள். அவர்களுக்கு பொய்யான கனவுகளைக் காட்டி, இங்கே ஒரு வீதமேனும் மனிதன் வாழும் தகவற்ற குடியேற்றங்களில் அவர்களைக் குடிவைத்தார்கள்.

தேயிலைப் பெருந்தோட்டங்களை அடைவதற்குப் பாதைகள் அமைக்கும் தேவையும் வந்தது. கொழும்புக்கும் கண்டிக்கும் நடுவில் நெடுஞ்சாலைகள் தோன்றின. பெருந்தோட்டங்களுக்கு

அண்மையிலும், புதிய பாதையின் இருபுறமும் முஸ்லிம்கள் வர்த்தக நிலையங்களை ஆரம்பித்தார்கள். புத்தம்புது நகரங்கள் தோன்றின. **1840** இல் பிரித்தானியர், பெருந்தோட்டங்களை தனியாருக்கு விற்பனை செய்த போது, முஸ்லிம் தனவந்தர்கள் சிலர் அவற்றை வாங்கிக் கொண்டனர்.

கண்டி எசல பெரஹரா ஊர்வலம் வருடா வருடம் தடையின்றி நடைபெற்றது. **1828** ஆம் ஆண்டில் , பெரஹராவின் பாதுகாப்புக்கென்று, நாட்பத்தியெட்டு கட்டுப்புள்ள பிரமுகர்கள் பயன்படுத்தப்பட்டனர். கட்டுப்புள்ள என்போர், ரகசிய உளவுத்துறையில் ஈடுபட்டிருந்த முஸ்லிம் வீரர்கள். இன்றும் 'கட்டுப்புள்ள' என்கிற குடும்பப் பெயர் கொண்ட சோனகக் குடும்பங்கள் கண்டியில் வாழ்கின்றன.

பெருந்தோட்டங்களில் முஸ்லிம்கள் நேரடியாக சம்பந்தப்படாவிட்டாலும், அதனைச் சார்ந்து வளர்ந்த புதிய நகர, கட்டட நிர்மாணத்துறைகளில் அளப்பரிய பங்களிப்பை நல்கினர். சிவில் இன்ஜினீயரிங் உட்பட கட்டடக் கலை சார்ந்த நுட்பங்கள் ஆங்கிலேயர் புண்ணியத்தில் இலங்கை எங்கும் அறிமுகமாகின. **1829** இல் பிறந்த வாப்பிச்சி மரைக்கார், ஆங்கிலக் கல்வியைக் கற்று, சிறந்த கட்டடக் கலைஞர். கொழும்பு நூதனசாலை, மத்திய தபால் நிலையம், கொழும்பு சுங்கம், பழைய நகர மண்டபம், கொழும்புக் கோட்டை, மணிக்கூட்டுக் கோபுரம், உட்பட ஏராளமான கேந்திர முக்கியத்துவம் வாய்ந்த படைப்புக்கள் இவரின் கைவண்ணங்களாக இன்றும் நிற்கின்றன.

*மெனிகே - கண்டிய உயர்குலப் பெண்

20. விவசாயப் புரட்சி

கொழும்பில் குடியிருக்கவே கூடாது என்று பல நூற்றாண்டு களாக விரட்டப்பட்டவர்கள் முஸ்லிம்கள். போர்த்துக்கேயரும், அவர்களுக்குப் பின் ஒல்லாந்தரும் கொழும்பிலிருந்து முஸ்லிம்களைக் காலம் முழுக்க விரட்டியடித்துக்கொண்டு இருந்தனர். ஆங்கிலேயர் வருகையுடன் அந்த நிலை தலைகீழாய் மாறியது.

முஸ்லிம்கள் புறக்கோட்டையில் காணிகளை வைத்திருக்கக் கூடாது என்ற ஒல்லாந்த சட்டம் 1832இல் நீக்கப்பட்டது. முஸ்லிம்கள் கொழும்பை நோக்கிப் படையெடுக்கத் தொடங்கினர். ஏராளமான காணிகளைத் தாராளமாய் விலை கொடுத்து வாங்க ஆரம்பித்தனர். அதற்கு இரு வருடங்கள் முன்பதாகவே, 'ராஜகாரி ஊழியம்' எனப்படும் கட்டாய அரச சேவையிலிருந்து, முஸ்லிம்களுக்கு விலக்குக் கிடைத்தது.

சோனகனுக்கு வாய்ப்புக் கிடைத்தால் சும்மா விடுவானா? புதிய அரசு கொடுத்த அத்தனை வாய்ப்புக்களையும் மிகச் சரியாகப் பயன்படுத்திக் கொண்ட முஸ்லிம்கள் வணிகத்தில் புகுந்து விளையாடத் தொடங்கினர். ஆனால் கல்வியில் கவனம் செலுத்துவதில் மட்டும் ஏனோ அலட்சியமாக இருந்தனர்.

விவசாயப் பொருளாதாரத்தைக் கொண்டிருந்த சிங்களப் பெரும்பான்மை, முஸ்லிம்களின் இந்தப் போக்கை அவதானிக்கத் தவறவில்லை. கண்டி ராஜதானியில் உயர் குலத்துக்குச் சமனாக முஸ்லிம்களை மதித்து உறவு கொண்டாடிய சிங்களவர்கள், ஆங்கிலேயர் வருகையுடன் மெதுவாகத் தூரம் போகத் தொடங்கியிருந்தனர். ஒரு காலத்தில் யார் வீட்டிலும் உணவருந்தாத போதிலும் முஸ்லிம்களின் வீட்டில் சேர்ந்து பசியாறிய 'பஸானாயா' நிலமேக்கள் இருந்த ஊர், வரைபடத்திலிருந்து மெல்ல மறையத் தொடங்கியது.

வருமானம் ஈட்டுவதற்கென்று எண்ணற்ற முயற்சிகளை ஆரம்பித்த போதிலும், பிரித்தானிய அரசுக்கு சிலோனின் கணக்கு வழக்குகள் திருப்தியளிக்கவில்லை. வரவு எட்டணா, செலவு பத்தணா என்றிருந்தது கதை. அரச ஊழியர்களுக்கு ஊதியம் வழங்குவதும், புதிதாகத் தோன்றிய நெடுஞ்சாலைகள், தபால் சேவை என்பவற்றை நிர்வகிப்பதிலும் செலவாகிய பணம், பெருந்தோட்ட வருமானத்தை விஞ்சியது. அவர்களின் காலனித்துவ ஆட்சி அர்த்தமேயில்லாமல் போகும் நிலை அது. ஏதாவது செய்து வரவு செலவைச் சரிக்கட்ட வேண்டும் என்று தீர்மானித்தது அரசு.

எல்லாவற்றையும் துல்லியமாகக் கண்டறிந்து, அறிக்கையொன்றை சமர்ப்பிப்பதற்காக ஜோர்ஜ் கோல்ப்ரூக், மற்றும் சார்ல்ஸ் கமரூன் என்பவர்களை இலங்கைக்கு வரவழைத்தார்கள். அவர்கள் சிலோனைச் சுற்றி ஒரு முழு வட்டமடித்தார்கள். முடிவில், இலங்கையின் முதலாவது அரசியல் சாசனம் பரிந்துரை செய்யப்பட்டது. 1833இல் கோல்ப்ரூக் அரசியல் யாப்பு நடைமுறைக்கு வந்தது.

கோல்ப்ரூக் குழுவின் சீர்திருத்த அறிக்கையின் பரிந்துரையின் படி, இலங்கைக்கென்று ஒரு சட்டவாக்க சபை அறிமுகப் படுத்தப்படுகிறது. இலங்கைப் பாராளுமன்றம் போன்ற ஒன்று என்று வைத்துக் கொள்ளலாம். பதினைந்து அங்கத்தவர்களைக் கொண்ட அந்த சபையில் ஒன்பது பேர் அப்போது அரச உத்தியோகத்தில் இருந்த பிரித்தானிய அரசு சார்பானவர்கள். மிகுதி அறுவரில் மூன்று பேர், ஐரோப்பியர்கள்! எஞ்சிய மூன்று ஆசனங்களுக்கு சிங்களவர் ஒருவர், தமிழர் ஒருவர்,

பறங்கியர் ஒருவர் என்பதாக இனத்துக்கு ஒரு பிரதிநிதித்துவம் வழங்கப்பட்டது. முதலாவது சட்டசபையில் முஸ்லிம் பிரதிநிதியொருவர் இருக்கவில்லை. கல்வி கற்ற ஆங்கில அறிவுடைய முஸ்லிம் தனவந்தர் யாருமே அக்காலத்தில் இல்லாதிருந்தமையும் இதற்குக் காரணமாக இருக்கலாம். மேலும் நாடு, ஐந்து மாகாணங்களாகப் பிரிக்கப்பட்டது.

சட்ட சபையோடு நிறுத்திக்கொள்ளாமல் கோல்ப்ரூக் குழு பொருளாதாரம், கல்வி, நீதி ஆகிய துறைகளில் நவீன சீர்திருத்தங்களைப் புகுத்தி நடைமுறைப்படுத்தத் தொடங்கியது. விளைவுகள் இரு விதமாக இருந்தன. அதுவரை காலமும் கிறிஸ்தவ மிஷனரிகள் நடத்திய கல்வி முறையை அரசாங்கம் பொறுப்பேற்றது. கொழும்பு ரோயல் கல்லூரி தோன்றியது. ஆங்கிலக் கல்வி கட்டாயமானது.

பாதிரியார்கள் கற்பிக்கும் ஆங்கிலமானது தமது சமயத்துக்குப் பாதிப்பாகும் என்று அஞ்சிய முஸ்லிம்கள் மக்கள், வழமை போலவே கல்வியைப் புறக்கணித்தார்கள். மூன்று நூற்றாண்டுகளாக போர்த்துக்கேயரின் பிடியிலும், ஒல்லாந்தரின் கோரக் கைகளிலும் நசுங்கியிருந்தும் தமது சமயத்தையும் கலாச்சாரத்தையும் கட்டிக் காத்து வந்த கூட்டம் அவர்கள். நவீன கல்வி முறையில் அவர்களுக்கு நம்பிக்கை இருக்கவில்லை.

அதற்குப் பின்வந்த காலங்களில் கட்டிடக் கலை நிபுணரும் ஆங்கிலம் பயின்றவருமான வாப்பிச்சி மரைக்கார் போன்ற சிலர் மட்டுமே , தமது ஆண் பிள்ளைகளைப் படிக்க வைத்தனர். அவரது மகன் அப்துர் ரஹ்மானும் நன்கு கற்ற கட்டடக் கலைஞரானார். தந்தையும் மகனுமாகச் சேர்ந்து மருதானை ரயில் நிலையம், கண் வைத்தியசாலை போன்ற புகழ்பெற்ற கட்டடங்களை உருவாக்கினார்கள்.

அரச பணிகளில் அவர்கள் காட்டிய நேர்மையும், நேர்த்தியும் அதீத திறமையும் அவர்களுக்கு மென்மேலும் புகழைத் தேடித் தந்தன. அப்துர் ரஹ்மான் ஆங்கிலேய அரசால் Honorable' என்று கௌரவிக்கப்பட்டார். அவரது மகன்தான் பிற்காலத்தில் பெயர் பெற்ற கல்வி அறிஞராய் மிளிர்ந்த Sir. ராஸிக் பரீத்.

வாப்பிச்சி மரைக்காருடன் அக்காலத்தில் இன்னொரு முஸ்லிம் இருந்தார். அவர் தான் அறிஞர் எம்.சீ. சித்திலெப்பை.

அவரது தந்தை கண்டி முஸ்லிம்களின் தலைவராக இருந்தவர். அவர், தனது பிள்ளைகளை ஆங்கில மொழிமூலம் நன்கு படிக்க வைத்திருந்தார். இவர்கள் போன்ற முற்போக்கான சில குடும்பங்களின் புண்ணியத்தில், முஸ்லிம்களிளும் கற்ற செல்வாக்கான ஒரு குழு தோன்றியிருந்தது. எண்ணற்ற பௌத்தர்களும் இந்துக்களும் கிறிஸ்தவ ஆங்கிலக் கல்வியின் பக்கம் போய் முன்னேற்றமடைந்து வருவதை அவர்கள் அவதானித்தனர். தங்களது மக்கள் மாத்திரம் கல்வியைக் கண்டால் மின்சார ஷாக்கானது போல போல வெருண்டோடுவதை மிகுந்த கவலையுடன் நோக்கினார்கள்.

அக்காலப் பகுதியில் கல்வி கற்ற ஏராளமான உள்ளூர்க்காரரர்கள் கிறிஸ்தவ சமயத்தைத் தழுவியிருந்தனர். அதேவேளை ஐம்பது ஆண்டுகளில் மதம் மாறிய முஸ்லிம்களின் எண்ணிக்கை வெறும் இரண்டாகவே இருந்தது. தமது சமயத்தையும் பேணிக் கொண்டு, கல்வியிலும் பின்தங்கிவிடாமல் இருப்பதற்காக சித்தி லெப்பை தலைமையிலான குழு ஒன்று இயங்கத் தொடங்கியது. நவீன சித்தாந்தங்களை உள்வாங்கி, மக்களிடம் பாதுகாப்பான முறையில் கொண்டு சேர்ப்பது பற்றி அவர்கள் நிறையவே கலந்துரையாடினார்கள்.

மறுபுறம், நவீன (சாத்தானியக்) கொள்கையுடைய இந்த இளைஞர்களிடமிருந்து மார்க்கத்தைப் பாதுகாத்துக் கொள்கிறோம் பேர்வழி என்று பல அரபு மதரசாக்கள் தோற்றம் பெறத் தொடங்கின.

கோல்ப்ரூக் அரசியல் சாசனம், மக்களிடையே பல கஷ்டங்களைத் தோற்றுவித்திருந்தது. இங்கிலாந்து பொருளாதார நெருக்கடிக்குள் புகைந்து கொண்டிருந்த காலமது. பிரித்தானியா தனது எல்லா நஷ்டங்களையும், பொருளாதார நெருக்கடிகளையும் கால்வைத்திருந்த காலணிகள் மூலம் ஈடுகட்டும் வழமையைக் கொண்டிருந்தது. அதற்கேற்ப இலங்கையிலும் கடுமையான சட்டதிட்டங்களை அறிமுகப்படுத்தியது.

பயிரிடப்படாத நிலங்களையெல்லாம் அரசு பறிமுதல் செய்து, கோப்பியைப் பயிரிட்டது. கோப்பித் தொழிலுக்காகவும் இந்திய மக்கள் இறக்குமதி செய்யப்பட்டனர். காணிச் சண்டையோ, காதலி விவகாரமோ, மக்கள் தமது தீர்க்க

முடியாத பிணக்குகளை, ஊர்ச் சபைகள் மூலம் தீர்த்தே பழகியிருந்தனர். நாட்டாண்மை ஸ்டைல் பஞ்சாயத்து முறை இருந்தது. ஊர்ப் பெரிசுகளாலும் தீர்க்க முடியாத விவகாரங்களை அரசரிடம் நேரடியாக முறையிட்டு நீதி பெற்று வந்தனர். ஆனால் தற்போது, மாவட்ட நீதியரசர்களிடம் போக வேண்டியிருந்தது. பிரச்சினையே புரியாத, முயன்றாலும் பிரச்சினை புரிய வாய்ப்பே இல்லாத, மொழியும் தெரியாத, அதிக பணம் அறவிடுபவர்களிடம் தங்களது தகராறுகளைக் கூறுவதில் துளியும் விருப்பமிருக்கவில்லை மக்களுக்கு.

இந்நிலையில் தேயிலை, கோப்பி, கறுவா போன்றவற்றின் விற்பனையில் ஏற்பட்ட வீழ்ச்சிகளை சமாளிக்க மக்கள் மீது புதுமையான வரிகளை விதித்தனர் பிரித்தானியர். இயன்றளவு மக்களை வதைத்தேனும் வருமானத்தைக் கூட்ட, டொரிங்டன் பிரபுவை இலங்கையின் அடுத்த ஆளுனராக அனுப்பி வைத்தார் இங்கிலாந்தின் விக்டோரியா மகாராணி.

டொரிங்டன் பிரபுவின் கடுமையான தீர்மானங்களால் மக்கள் பொறுமையிழந்தனர். பெருந்தோட்ட வீதிகளில் வேலை செய், இல்லையேள் அதற்கும் வரி கட்டு என்றார்கள். கடை வைத்திருந்தால் வரி, கழுதையில் போனால் வரி, மாட்டு வண்டி, படகு, துப்பாக்கி, நாய் வைத்திருந்தால் மட்டுமல்ல உடல் வரியும் இருந்தது. ஆக மொத்தத்தில் பிறந்ததே வரி கட்டி வாழத்தான் என்ற நிலை உருவானது. Colombo Observer பத்திரிகை இப்படிச் செய்தி வெளியிட்டது.

“எவ்வளவு அநீதமான வரிகளை நியமித்தாலும், வாயை மூடிக்கொண்டு அவற்றைச் செலுத்தி வரும் சிங்கள இனத்தை, மொத்த உலகமும் ‘கோழை’ என்று ஏற்றுக்கொள்கிறது”

பத்திரிகையின் குறிப்பிட்ட இந்தப் பகுதியைத் துண்டுப் பிரசுரமாக்கிப் பகிர்ந்தளிக்கிறது ஒரு குழு. இரத்தம் சூடேறியவர்களாக உள்ளூர்வாசிகள் வீதிக்கு இறங்கினர்.

1848இல் மாபெரும் மக்கள் போராட்டமொன்று மீண்டும் வெடிக்கிறது. மாத்தளையில் ஆரம்பமான போராட்டக் குழு, வீர புரன் அப்பு போன்றவர்களின் பின்னால் கண்டியை நோக்கி நகர்ந்து வந்தது. தமக்கென்றொரு அரசனை நியமித்துக்

கொண்டு, வெள்ளையர்களை வெளியேற்றும் வெறியோடு, வீரநடைபோட்டது.

கொடுங்கோலன் டொரிங்டன், மார்சலோ சட்டத்தைத் திறந்து விடுகிறான். ஈவிரக்கமின்றி மக்களைத் தாக்கி அழிக்கத் தொடங்குகிறான். தலைமை தாங்கியவர்களின் தலைகளுக்கு விலை நிர்ணயிக்கப்படுகிறது. புரட்சியாளர்களால் அடுத்த மன்னனாகக் கருதப்பட்ட கொங்கலேகொட பண்டா கைதாகி, தூக்கிலிடப்படுகிறார். இராணுவ பலம் மூலம் புரட்சி அடக்கப்படுகிறது.

புரட்சியை முன்னின்று வழிநடத்திய குடாபொல தேரரை, தலதா மாளிகையின் முன் நிறுத்தி, காவியுடையுடன் சுட்டுக் கொன்ற காட்சி, பார்ப்பவர்களின் மனதில் ரணமாய் உறைந்து விடுகிறது. ஒரு போரின் பின்னரோ, புரட்சியின் பின்னரோ, நாடு சீரழிவதுதானே தொன்று தொட்டு நடப்பது.

இங்கேயும் அப்படித்தான். கோப்பி சேமிப்பகங்கள், சேனைப் பயிர் நிலங்கள், நீதிமன்றங்கள் என்று பல நூறு இடங்கள் தீக்கிரையாகியிருந்தன. இரண்டு தரப்பிலும் பல்லாயிரம் பேர் உயிர் நீத்திருந்தனர்.

டொரிங்டன் பிரபு, மிலேச்சத்தனமாக மக்களை நடத்திய செய்தி, இங்கிலாந்தை அடைகிறது. விசாரணைக்கு உட்படுத்தப்பட்டு, சகல பதவிகளிலிருந்தும் நீக்கப்படுகிறார் பிரபு. சில நாட்களில் வேறு வழியே இன்றி மக்கள் சாமான்ய ஜீவிதமொன்றுக்குத் திரும்புகின்றனர். மறதி என்பது ஒரு அருமருந்துதான் இல்லையா?

அடுத்த ஆண்டே ஒரு சம்பவம் நிகழ்கிறது. சின்ன உம்மா எனும் முஸ்லிம் பெண்ணின் வழக்கு விசாரணையில் ஒரு பிரச்சினை தலை தூக்குகிறது. அந்தப் பெண் கண்டியத் திருமண மரபாகிய, 'தீக' முறையில் திருமணாகி, கணவன் வீட்டிற்கு சென்றிருக்கிறாள். அதனால் அவளுக்குச் சொத்தில் பங்கில்லை என்பதாக அவள் தந்தை கூறிவிடுகிறார். அவள் முஸ்லிம் பெண் என்பதால் 1806ஆம் ஆண்டின் முஸ்லிம் தனியார் சட்டப்படி, வாரிசுப் பங்கு வர வேண்டும் என ஒரு தரப்பினர் வாதிட்டனர். இந்தப் பிரச்சினை பூதாகரமாக

உருவெடுத்தது. கண்டி முஸ்லிம்களுக்கு, கண்டிச் சட்டமா, முஸ்லிம் சட்டமா என்ற கேள்வி தோன்றி விட்டது.

கடைசியில் 1806-ம் ஆண்டின் 'பட்டேவியா ஆர்டிகல்' மூலமான முஸ்லிம் தனியார் சட்டமே செல்லுபடியாகும் எனத் தீர்ப்பாகிறது.

1860ஆம் ஆண்டில் மாக்கான் மாக்கர் என்றொரு முஸ்லிம் தனவந்தர் காலியில் மாணிக்கக் கற்களை ஏற்றுமதி செய்யும் தொழிலை ஆரம்பிக்கிறார். கற்களை வெட்டி, மெருகூட்டி, இங்கிலாந்தின் சந்தைக்கு அனுப்பும் பணி அது. சில வருடங்கள் கழித்துக் கொழும்பில் கடை அமைத்து, காலியில் அரபுக் கல்லூரியொன்றையும் நிறுவுகிறார். (அரசியலிலும் குதித்து, பிற்காலத்தில் துருக்கியின் இலங்கைப் பிரதிநிதியானவர் அவர்.)

அக்காலப்பகுதியில் கொழும்பு புறக்கோட்டையின் பிரதான வீதியில் மட்டும் எழுபத்து மூன்று முஸ்லிம் கடைகள் இருந்தன. ஒல்லாந்தர் காலத்தில் இழந்திருந்த பாரம்பரியத் தொழிலான வியாபாரத்தை, ஆங்கிலேயரின் வருகையுடன் மீட்டுக் கொண்டிருந்தனர் முஸ்லிம் வணிகர்கள். பிரித்தானிய அரசு, இலங்கையில் ரயில் சேவையை ஆரம்பித்து வைத்தது. அதனால் 1864 முதல் வணிகர்களின் பல காரியங்கள் இலகுவாயின.

1871ஆம் ஆண்டு, அரசு, இலங்கையின் முதலாவது குடிசன மதிப்பீட்டை நடத்தியது. அந்த அறிக்கையின்படி, முஸ்லிம்கள் மொத்த சனத்தொகையின் 6.79 சதவீதமானவர்களாக இருந்தனர்.

அக்காலப்பகுதியில் நாடு முழுவதிலும், ஆடை வர்த்தகத்தில் ஈடுபட்டு வந்த பத்தாயிரத்து முன்னூற்றைம்பது வணிகர்களுள் பெரும்பாலானவர்கள் முஸ்லிம்கள். கோப்பி வர்த்தகம், நகை வியாபாரம் மற்றும் இதர உள்ளூர் வியாபாரங்களிலும் முஸ்லிம்களின் கையே ஓங்கி இருந்தது.ஆங்கிலேயர்களும் வேறு வழியின்றி சோனகர்களில் தங்கியிருந்தனர். நாட்டின் மொத்த சனத்தொகையில் சுமார் ஏழு வீதத்தினராக இருந்தாலும், இருபது சதவீதப் பொருளாதாரப் பங்களிப்பு முஸ்லிம்கள் மூலமே அப்போது நிகழ்ந்தது.

இப்படி வியாபாரத்தில் கை, கால் ஊன்றியிருந்தாலும் விவசாயத் தையும் வேளாண்மையையும் அவர்கள் கைவிடவில்லை.

கிழக்கு மாகாணத்தில் இருந்த முஸ்லிம்களும், வெல்லஸ பகுதியிலிருந்தவர்களும் விவசாயத்தையே பிரதான வருவாயாகக் கொண்டிருந்தனர். நாட்டின் நாற்பத்திரண்டு வீதமான முஸ்லிம்களின் தொழில் விவசாயமாகவே இருந்தது.

*1873*ஆம் ஆண்டில் முஸ்லிம் வர்த்தகர்கள் சுமார் ஆயிரத்து இருபது ஏக்கர் நிலத்தில் கோப்பி பயிரிட்டிருந்தனர். இது மொத்தக் கோப்பிப் பயிர்நிலத்தின் *0.46* வீதம். பெருந்தோட்டப் பயிர்ச்செய்கையில் முதலீடு செய்தால், இலாபம் வரும் வரை பல வருடங்கள் காத்திருக்க வேண்டும். வர்த்தகத்தில் உடனடி லாபமீட்டிப் பழகியிருந்த முஸ்லிம்களுக்கு அது பொருந்தவில்லை.

இங்கே ஒன்றைச் சொல்ல வேண்டும். எவ்வளவுதான் ஆங்கிலேயர்களின் அனுசரணையுடன் வியாபாரத்தைத் தக்கவைத்துக் கொண்டாலும் ஆங்கிலக் கல்வியைப் புறக்கணித் தமையால், அரச துறையிலோ, ஏனைய கல்விசார் துறைகளிலோ முஸ்லிம்களின் வகிபாகம் மொத்தமாய்க் காலியாகி இருந்தது.

வர்த்தக விவகாரங்கள் இப்படி இருக்க, அரசியல் மெல்ல மெல்லச் சூடுபிடிக்கத் தொடங்கி இருந்தது. கோல்ப்ரூக் சட்டசபையில் *1880*களில் திருத்தங்கள் ஏற்படுத்தும் முயற்சிகள் இருப்பதை அறிந்த அப்போதைய கல்வி கற்ற முஸ்லிம்கள், தங்களுக்கொரு பிரிதிநிதியைக் கோரியிருந்தனர். அதே காலப்பகுதியில் தமிழர்களில் நன்கு கற்ற அறிஞரான Sir பொன்னம்பலம் இராமநாதன், முல்லிம்களின் இன அடையாளம் குறித்து ஒரு கட்டுரை எழுதினார். *1888*இல் , 'ரோயல் ஆசியக் கழகத்தின்' சஞ்சிகையில் அது பிரசுரமாகிறது.

"முஸ்லிம்கள் திராவிடர்களே. அவர்கள் ஒன்றும் தனி இனம் கிடையாது" என்ற கருத்துப்பட இருந்த அந்தக் கட்டுரையால், முஸ்லிம் அறிஞர்களிடேயே ஒரு பாரிய அதிர்ச்சி அலை உருவானது.

பொன்.இராமநாதன் உயர்குலத்தைச் சேர்ந்தவர். ஆங்கிலம் தெரிந்த, கற்ற, தனவந்தரான இலங்கையர். அவரது புறத்திலிருந்து இப்படியொரு கட்டுரை வருவதைப் புறந்தள்ளி விட்டுப் பேசாமல் இருந்துவிட முடியுமா என்ன?

21. தொப்பி பூதம்

"இலங்கையின் பிரபலமான வர்த்தகர்களுள், எத்தனை பேர் முஸ்லிம்கள்?"

1890 ஆம் ஆண்டின் 'த முஸ்லிம்' பத்திரிகையில் அறிஞர் ஐ.எல்.எம்.ஏ.அஸீஸ் தொடுத்த வினா இது.

(பொன். இராமநாதன் எழுதிய முஸ்லிம் இனத்துவம் தொடர்பான கட்டுரைக்கும் சிறப்பாக மறுப்புக் கட்டுரை எழுதியவரும் இதே ஐ.எல்.எம்.ஏ. அஸீஸ்தான்)

புள்ளிவிவரங்களின்படி, வணிகச் சனத்தொகையில் பத்தொன்பது சதவீதமானவர்கள் சோனகர்களாக இருந்தாலும், பாரிய அளவில் வியாபாரம் செய்து செல்வாக்குடன் இருந்தவர்களில் மிகச் சொற்பமானவர்களே இருந்தனர். எம்.சீ. சித்திலெப்பை போன்ற அறிஞர்களுக்கோ, இதுகுறித்து ஏதாவது செய்தே ஆகவேண்டும் என்பது மட்டும் புரிந்தது.

அந்தக் காலப் பகுதியில் அநாகரிக தர்மபால என்பவர், பௌத்த இளைஞர்களோடு சுதந்திர இயக்கங்களை ஆரம்பித்து நடத்தி வந்தார். பிரித்தானியர் மதுவை இலங்கை மக்களிடையே மலிவான விலைக்கு விற்று, அடிமைப்படுத்துவதாகக் குற்றம் சாட்டினார்கள் அவ்வியக்கத்தினர். மதுவுக்கு எதிரான

போராட்டமாகவே ஆரம்பமானது அவர்களது இயக்கம். அவர்களின் எதிர்ப்பைக் காட்டுவதற்கும், கருத்துக்களைப் பரப்புவதற்கும் பத்திரிகைகளைப் பயன்படுத்தினார்கள். தமிழிலும் சிங்களத்திலும் பத்திரிகைகள் 1832 முதல் அச்சாகத் தொடங்கியிருந்தன.

முஸ்லிம்களின் பிரச்சினைகளைப் பேசும் பத்திரிகை ஒன்றை ஆரம்பிப்பது ஒரு முக்கிய தேவையாக அப்போது இருந்தது. 1882 இல், ‘முஸ்லிம் நேசன்’ பத்திரிகையை ஆரம்பிக்கிறார் அறிஞர் சித்திலெப்பை. முஸ்லிம் நேசன் உள்நாட்டு விவகாரங்களுடன் இஸ்லாமிய உலகின் முக்கிய செய்திகளையும் தாங்கி வந்தது.

பத்திரிகை மூலமாக சித்திலெப்பையின் புகழ் நாடெங்கும் பரவத் தொடங்கியது. முஸ்லிம் நேசனில் வெளியான கட்டுரைகள் குறித்து படித்த மக்கள் தங்களுக்குள் உரையாடத் தொடங்கியிருந்தனர்.

“இலங்கையில் இரண்டு இலட்சம் முஸ்லிம்கள் அரசுக்கு ஒத்துழைப்பு நல்கி வாழ்கின்றனர். அவர்கள் தொழில் முயற்சியும் துணிவும் உள்ளவர்கள். அவர்களை விட எண்ணிக்கையில் குறைந்த பறங்கியரையும் கோப்பித் தோட்டத் துரைமார்களையும் பிரநிதித்துவப்படுத்த சட்ட நிரூபண சபையில் பிரதிநிதிகள் இருந்தபோதிலும், முஸ்லிம்களுக்கென்று சட்டநிரூபண சபையில் ஒரு பிரதிநிதித்துவம் வழங்கப்படவில்லை.”

மத்திய இலங்கையின் நாவலப்பிட்டியைச் சேர்ந்த ‘உழவன்’ என்கிற புனை பெயருடைய ஒரு வாசகன் முஸ்லிம் நேசனுக்கு எழுதிய கடிதத்தின் பகுதி இது.

அச்சுப் பதிப்பின் விலை மலிவாகவே இருந்ததால் பல மட்டத்திலுள்ளவர்களும் வாங்கிப் படிக்க ஆரம்பித்தனர். முஸ்லிம் நேசன் தமிழ்ப் பத்திரிகைகளை விடவும் அதிக பிரதிகள் விற்ற சந்தர்ப்பங்களும் இருந்தன. கல்வி விழிப்புணர்வூட்டுவதில் முன்னின்று உழைத்தது இப்பத்திரிகை.

“நாம் இப்பத்திரிகையைப் பிரசுரம் செய்வது ஊரில் நடக்கும் புதினங்களை மட்டும் வெளிப்படுத்துவதற்காக அல்ல. மார்க்க விடயங்களையும் எடுத்துப் பேசி, தர்க்கித்துத் திருத்தமடைவதற்கே.”

என்று எழுதியிருக்கிறார், வழக்கறிஞர் எம்.சீ.சித்திலெப்பை. (அவரது தந்தையே இலங்கையின் முதலாவது முஸ்லிம் வழக்கறிஞர்)

பத்திரிகை ஆரம்பித்து இரண்டு வருடங்களில் கொழும்புக்குக் குடிபெயரும்படி ஆகிவிடுகிறது. சித்திலெப்பைக்கு...

கொழும்பில் சித்தி லெப்பையை வரவேற்கும் கூட்டத்தில் எகிப்திய சமூகவியலாளர் ஓராபி பாஷாவும் கலந்து கொண்டிருந்தார். அவரை எகிப்து அரசு, புரட்சி செய்தமைக்காக 1883இல் நாடு கடத்தியிருந்தது. நாடு கடத்தப்பட்ட ஓராபி பாஷா இலங்கை வருவதை வேடிக்கை பார்க்க சித்திலெப்பைத் தலைமையில் நூற்றுக்கணக்கில் இலங்கை முஸ்லிம்கள் கொழும்புத் துறைமுகத்தில் திரண்டிருந்தனர்.துறைமுகத்திலிருந்து கிட்டத்தட்ட கால் மைல் தூரத்திற்கு வீதியின் இருபுறமும் நின்று கையசைத்து வரவேற்றார்கள்.

அன்று ஆரம்பமான சித்திலெப்பை - ஓராபி பாஷா கூட்டு கச்சிதமாகப் பொருந்தியது. இருவரினதும் கொள்கைகள், கோஷங்கள் ஒன்றாக இருந்தன. கொழும்பில் முஸ்லிம்கள் குழுக்களாகவும் கோத்திரங்களாகவும் பிளவுபட்டு இருப்பதை இருவருமே மிக வேதனையுடன் அவதானித்தார்கள். மத்திய கொழும்பில் ‘மரைக்கார் குழுவும்’, ‘லெப்பைக் குழுவும்’ ஒன்றுக்கொன்று உரசும் நிலையில் எப்போதும் இருந்தன. தொட்டாலே தீப் பற்றி எரியும் போல இருந்தது.

அவர்களிடையே ஓராபி பாஷா, சாதுரியமான உரைகளை நிகழ்த்திப் பார்த்தார். சித்திலெப்பையும் எழுதிக் கொண்டே இருந்தார். ஆக மொத்தத்தில் அனைத்துக்கும் தீர்வாக முஸ்லிம்களின் விழுமியங்களையும் பாதுகாத்து, கல்வியைப் போதிப்பதற்கான ஒரு கல்லூரியின் தேவையை உணர்த்தினார்கள், இருவரும்.

‘ஹமீத் அல் ஹுஸைனி’ என்ற பெயரில் தற்போது இயங்கி வரும் ஆண்கள் கல்லூரியை 1884 ஆம் ஆண்டு ஆரம்பித்து வைக்கிறார்கள். அதன் தொடக்க விழாவில் ஓராபி பாஷா நிகழ்த்திய உணர்வுபூர்வமான உரை, முஸ்லிம்கள் மத்தியில் மிகவும் பிரபல்யமடைந்தது.

1885ஆம் ஆண்டு, ஜூன் பதினெட்டாம் தேதி, ஆளுநர் ஆர்தர் ஹமில்டனுக்கு கண்டி முஸ்லிம்கள் இருநூறு பேர் கையொப்பமிட்ட மஹஜரொன்று வருகிறது. அதில் தமக்குப் பெருநாள் விடுமுறை தந்தமைக்கு நன்றி கூறியும், சட்ட நிரூபண சபைக்கு ஒரு முஸ்லிமை நியமித்துத் தரும்படியும் கேட்டிருந்தார்கள்.

சித்திலெப்பைக் குழுவின் விழிப்புணர்வு நிகழ்ச்சிகள், சமூகத்தில் நன்றாகவே எதிரொலித்தன.

உண்மையில் முஸ்லிம் நேசன் என்கிற தனிப் பத்திரிகை, அன்று ஏற்படுத்திய அதிர்வலைகள் இன்றும் ஆச்சரியத்தை ஏற்படுத்துகின்றன. ஓரிரு வருடங்களுக்குள், பலதரப்பட்ட, கவனிக்கத்தக்க மாற்றங்கள் நிகழ்ந்த வண்ணமே இருந்தன.

1886இல், முஸ்லிம் மார்க்க அறிஞர்கள் இணைந்து 'ஜம்இய்யதுல் இஸ்லாமீய்யா' என்ற சபையை உருவாக்கியதும், அதன் ஒரு விளைவே. இதுபோன்ற ஒரு சபையின் தேவை பற்றி சித்திலெப்பை தனது பத்திரிகையில் காத்திரமாய் எழுதியிருந்தார். எல்லா முஸ்லிம் நாடுகளிலும் உலமா சபை என்ற ஒன்று உண்டு என்ற தகவலையும், எகிப்தில் மாத்திரம், உலமா சபை அங்கத்தவர்களின் தொகை 1500 என்கிற செய்தியையும் பதிவு செய்து இருந்தார்.

ஜம்இய்யதுல் இஸ்லாமீய்யா, அன்று இலங்கையில் இருந்த குழுப் பிளவுகளுக்கு, சரியான மார்க்கத் தீர்ப்புகளை வழங்கியது. மூடப் பழக்கவழக்கங்களையும், பள்ளிவாசல் சண்டைகளையும் கலைத்தது.

கொழும்பு வைத்தியசாலையில் அநாதரவாக மரணமடைந்த முஸ்லிம் ஜனாசாக்களை, பொது மையவாடியில் அடக்கம் செய்யாமல், மருதானைப் பள்ளி நிர்வாகத்திடம் ஒப்படைக்குமாறு ஜம்இய்யத்துல் இஸ்லாமிய்யா அரசாங்கத்திடம் வேண்டியது. சித்திலெப்பை இதற்காக முன்னின்று உழைத்திருந்தார். அரசு, அவர்களது கோரிக்கையை ஏற்றுக்கொண்டது.

அப்போது இஸ்லாமீய்யா சபையின் செயலாளராக இருந்தவர், ஐ.எல்.எம்.அப்துல் அஸீஸ். அன்றைய தினம், மாந்திரீகர்களும் சூனியம் செய்பவர்களும் நோய்வாய்ப்பட்ட மக்களை

மருத்துவமனைப் பக்கம் போகவிடாமல் வணிகம் செய்து வந்தார்கள். அதற்கும் சபை எதிர்வினை செய்தது. தற்போதைய இலங்கை ஜம்இய்யதுல் உலமா சபையைவிடப் பரந்த நோக்கமும் செயலூக்கமும் கொண்ட மன்றமாக நிச்சயம் அன்றைய ஜம்இய்யதுல் இஸ்லாமீய்யா இருந்துள்ளது.

இவ்வாறு படித்த, பணக்கார முஸ்லிம் இளைஞர் குழுவொன்று கல்வி,அரசியல், மார்க்க மேம்பாட்டுக்காக இயங்கத் தொடங்கியிருந்தமை, பலரது கண்களை உறுத்தியது. விஷேடமாக, துருக்கிய கவுன்சிலராக அப்போதிருந்த ஒசன்லெப்பை மரிக்காரும் அவரைச் சார்ந்தவர்களும் காழ்ப்புணர்ச்சியின் உச்சத்துக்கே போய்விட்டனர். சித்திலெப்பை கொழும்புக்குப் போனதே, சட்ட சபை அங்கத்துவம் பெறுவதற்குத்தான் என்று கதை உருவாக்கினார்கள்.

"நீ முஸ்லிம் நேசன் எழுதுகிறாயா, இதோ, நான் சர்வஜன நேசனை ஆரம்பிக்கிறேன்..."

ஏட்டிக்குப் போட்டியாக, 'சர்வஜன நேசன்' பத்திரிகையை ஆரம்பிக்கிறார்கள் கவுன்சிலரும் அடிப்பொடிகளும். 1886 முதல் வெளிவந்த சர்வஜனநேசன், சித்திலெப்பை குழுவை விமரிசிப்பதைத் தம் தலையாய கடமையாகக் கருதியது. தொட்டதுக்கு எல்லாம் இஸ்லாம் பேசி மக்களைக் குழப்பியடிக்க அடிப்படைவாத ரூபமெடுத்தது.

"இஸ்லாம் மார்க்கத்தில் ஹராம் என்று சொன்ன சட்டத்தரணி வேலை பார்ப்பதோ, சட்டமா அதிபர் வேலை பார்ப்பதோ, காபிர்களின் மெற்றோபாலிட்டன் ஹோட்டல்களில் சாப்பிடுவதோ, முஸ்லிம்களுக்கு இழிவு. உலக நன்மைகளுக்காகப் பொதுக்காரியங்களில் தலையிட்டு அதனை நிலைநாட்டி வைப்பது அழிவு."

என்று பகிரங்கமாக எழுதினார்கள்!

எனினும் அறிஞர் சித்திலெப்பைக் குழு, கல்வி, அரசியல் தொடர்பான தமது முயற்சிகளைக் கைவிடவில்லை.

கோல்ப்ரூக் சட்டவாக்க சபையில் தமது இனம் மட்டும் பிரதிநிதித்துவம் பெறாமல் இருப்பதைப் புரிந்துகொண்ட

முஸ்லிம்கள், ஆளுநர் பதுளை நகருக்கு வந்திருந்த போது, அவரைச் சந்திக்கச் செல்கிறார்கள். அன்றைய தினமும் மஹஜர் ஒன்றைக் கையளிக்கின்றது அந்தக் குழு. அதன் பலன், பொன்.இராமநாதன் போன்றவர்களின் எதிர்ப்புகளுக்கு மத்தியிலும் சட்டசபைக்கு 1889இல் முதலாவது முஸ்லிமாக எம்.ஸீ. அப்துர் ரஹ்மான் நியமனமாகிறார். சித்திலெப்பை பல காரணங்களுக்காக அன்று அந்தப் பதவியைப் பெற விரும்பவில்லை.

வாப்பிச்சி மரிக்காரும், ஓராபி பாஷாவும், சித்திலெப்பையும் ஐ.எல்.எம்.அப்துல் அஸீஸும் இணைந்து, 1891இல் 'முஸ்லிம் கல்விச் சங்கத்தை' தோற்றுவித்தார்கள்.

சங்கம் மூலமாகத் தமது இனத்தைக் கல்வியின் பக்கம் அழைப்பது முன்னை விட வசதியாக இருந்தது அவர்களுக்கு. சங்கம் ஆரம்பமான கையோடு, மருதானைப் பள்ளிவாசலில் ஜும்மாத் தொழுகையின் பின்னர், சித்திலெப்பை விடுத்த அழைப்பு உரை அத்தனை காத்திரமாக இருந்தது. Ceylon Times பத்திரிகை, 1891 ஜனவரி இருபத்தியொராம் தேதியன்று அந்த உரையைப் பிரசுரம் செய்தது. ஜும்ஆ உரைகளை முன்னணி ஆங்கிலப் பத்திரிகைகள் பதிப்பிக்கும நிலை இனிமேலும் தோன்றும் வாய்ப்பிருக்கிறதா?

அடுத்த ஆண்டே, தற்போதைய மருதானை ஸாஹிராக் கல்லூரி நிறுவப்பட்டது. அன்று அதற்கு, 'மதரஸதுஸ் ஸாஹிரா' என்று பெயர் சூட்டியவர், ஓராபி பாஷா.

இக்காலப் பகுதியில் துருக்கியின் ஓட்டமன் கிலாபத்துடன் இலங்கை முஸ்லிம்கள் நல்லுறவு பேணி வந்தனர். 1900ஆம் ஆண்டு துருக்கிய சுல்தானின் பட்டமேற்புத் தங்க விழாவை, இலங்கையில் திருவிழா போலக் கொண்டாடினார்கள்.

துருக்கிக்கும் மதீனாவுக்கும் இடையில் 'ஹிஜாஸ்' ரயில் சேவை ஆரம்பப் பணிகள் நடைபெற்றபோது, இலங்கையிலும் துண்டேந்தி காசெல்லாம் சேர்த்து அனுப்பினார்கள் சித்திலெப்பை உட்பட அக்கால முஸ்லிம் தலைவர்கள். அப்துல் அஸீஸ் நடத்திய 'முஸ்லிம் பாதுகாவலன்' பத்திரிகை அதற்காகப் பிரசாரம் செய்தது. அவர் முஸ்லிம் நேசனில்

பெற்ற 'ஆசிரியர்' அனுபவம் மூலம் புதிதாக ஒரு பத்திரிகை ஆரம்பித்திருந்தார். கி.பி 1908இல் பணிகள் முடிந்து ரயில்சேவை திறந்து வைக்கப்பட்ட தினக் கொண்டாட்டத்திலும், இலங்கை முஸ்லிம்கள் பேரார்வத்துடன் கலந்துகொண்டார்கள். கொழும்பு பெரிய பள்ளிவாயலில் முன் வைபவமொன்றையே நடத்தினார்கள்.

இதெல்லாம் ஒரு புறமிருக்கட்டும். துருக்கிக்கும் இலங்கைக்குமான தொடர்பினை அடையாளப்படுத்தும் 'துருக்கித் தொப்பி' இலங்கையில் ஒரு பிரளயத்தையே ஏற்படுத்தி ஓய்ந்த சம்பவத்தைப் பார்த்துவிடுவோம். ஒரு சாதாரண சிவப்புத் தொப்பி, சமூகத்தையே உலுக்கிப் போட்ட கதை அது!

1905ஆம் ஆண்டில் ஒரு நாள். இலங்கையின் உள்ளூர் நீதிமன்றமொன்றில் வழக்கு விசாரணை தினம். காலை நேரப் பரபரப்புகள் முடிந்து, நீதிபதி பிரதான கதிரைக்கு வந்தமர்ந்திருந்தார். இனித்தான் வழக்குகள் ஒவ்வொன்றாக விசாரணைக்கு வர வேண்டும். வழக்கறிஞர் எம்.ஸீ. அப்துல் காதர் அன்றைய கோப்புக்களுடன் வளாகத்துக்குள் வருகிறார். அவரது தலை மீது உயரமான துருக்கித் தொப்பி பவ்யமாக அமர்ந்திருக்கிறது.

நீதிபதி Sir. சார்லஸ் லேயரிட், அப்துல் காதரைப் பார்த்து,

"இந்தத் தொப்பியுடன் நீதிமன்றத்துக்குள் வர முடியாது என்பது உமக்குத் தெரியாதா?" என்கிறார்.

இளைஞர் அப்துல் காதர் அதனை ஏற்றுக்கொள்ளவில்லை. கண்ணியமாக மறுத்துப் பேசுகிறார். நீதிபதியும் விடவில்லை! தொப்பியைக் கழற்றாமல் எதுவுமே அசையாது என்று உறுதியாக இருக்கிறார் நீதிபதி. ஒரு பெரும் பிரச்சினைக்கான புள்ளி ஒன்று, சிக்கல்களுக்குத் தீர்ப்பு சொல்லும் நீதிமன்றத்துக்குள் உற்பத்தியாகிறது.

தொப்பியைக் கழற்ற மறுத்த இலங்கையின் முதல் முஸ்லிம் பட்டதாரியான அப்துல் காதர், நீதிமன்றத்திலிருந்து வெளியேறி, நேரே அன்றைய முஸ்லிம் பிரமுகர்களிடம் போகிறார்.

"இது வெறுமனே நம் அப்துல் காதரின் பிரச்சினையல்ல, முஸ்லிம் சமூகத்தின் பிரச்சினை."

ஐ.எல்.எம். அப்துல் அஸீஸும், அவரோடிருந்த முக்கியமான பிரமுகர்களும் ஒன்றாகப் பிரதம நீதியரசரைச் சந்திக்கின்றனர்.

அதன் பின்னர் இது விவகாரமாக மேலதிகமாக விசாரிப்பதற்கு ஒரு குழு நியமிக்கப்பட்டு நாடு முழுவதும் மக்களுக்கு விழிப்புணர்வூட்டுவதற்காக, முப்பது பொதுக்கூட்டங்கள் நிகழ்த்தப்படுகின்றன. இறுதிக் கூட்டம் கொழும்பு மருதானைப் பள்ளிவாயல் முற்றத்தில் இடம் பெற்றது. பல ஜும்மாக்களை ஒரே திடலில் சேர்த்து வைத்தது போல் கூட்டம். முஸ்லிம் மக்கள் தமது இனப் பேரணியொன்றைக் கண்களால் கண்ட ஒரு வெற்றிக் கூட்டமாக அது இருந்தது.

கடைசியில் 1906 மார்ச் மாதம் ஆறாம் தேதி, உயர் நீதிமன்றம், துருக்கித் தொப்பிக்குப் பச்சைக் கொடி காட்டித் தீர்ப்பளித்தது. துருக்கித் தொப்பி காலவோட்டத்தில் கல்யாண மாப்பிள்ளைகள் மட்டும் அணியும் தொப்பியாக மாறி, அதுவும் வழக்கொழிந்து போனாலும், இன்றளவும் இத்தொப்பி விவகாரம் முஸ்லிம்கள் தமது உரிமைக்காகப் போராடி வென்ற ஒரு சிறப்பு அத்தியாயமாகப் பேசப்படுகிறது.

22. சத்தம் போடாதே

ஒரேயொரு ஊர்வலம், ஒரு யுகத்தையே மாற்றிய கதையிது. கண்டி கைப்பற்றப்பட்டு சரியாக நூறு ஆண்டுகள் பூர்த்தியாகியிருந்தன. வருடம் **1915**. சரியாக மே மாதம் இருபத்தியொன்பதாம் தேதி. வெசாக் முழு மதி தினம். கண்டி நகரம் மேள தாளச் சத்தங்களால் நிரம்பியிருந்தது. ஏழு யானைகள் பலத்த அலங்கார வேலைப்பாடுகளுடன் வீதிகளில் பவனி வர, நடனக் கலைஞர்களும், வாத்தியக் கலைஞர்களும் உற்சாகத்துடன் பின்தொடர்ந்தார்கள். தீப்பந்தங்களை ஏந்தியவர்களும் வித்தை காட்டுபவர்களும் கூடவே சென்றார்கள்.

'பெரஹரா' எனப்படும் பௌத்தர்களின் இந்த ஊர்வலம் கம்பளை நகரின் காசல் வீதியை (Castle road) அடைந்தது. வீதியின் இருமருங்குகளிலும் மக்கள் கூடியிருந்தார்கள். ஒரேயொரு வித்தியாசம், அவர்கள் இந்திய வம்சாவளியில் வந்த 'சம்மங்கர' முஸ்லிம் மக்கள். ஊர்வலத்தை வழிநடத்தி வந்த போலீஸ் அதிகாரிக்குப் பக்கென்றிருந்தது. பழைய சில சம்பவங்கள் தீப்பந்தங்களிடையே பளிச்சிட்டு மறைந்தன.

"இதோ பாருங்கள். இந்த வீதியில் முஸ்லிம் பள்ளிவாயல் இருக்கிறது. தொழுகைக்காக அம்மக்கள் கூடியிருக்கிறார்கள்.

இந்த வீதியில் சத்தம் போட்டுக்கொண்டும், தீயை ஏந்திக் கொண்டும் போனால், வீண் பிரச்சினையாகிவிடும். அதனால் காசல் வீதியை விட்டு விட்டு, அடுத்த பாதையில் போவது நல்லது" என்கிறார் அந்த இன்ஸ்பெக்டர்.

ஊர்வலக்காரர்களுக்கு இது சுத்தமாகப் பிடிக்கவில்லை. எனினும் பழைய வழக்குகள் பாக்கியிருப்பதால் மிகுந்த சிரமத்துடன் வந்தவர்களுக்குப் புரியவைத்து, அப்படியே யூ டேர்ன் எடுக்கிறார்கள். கூடியிருந்த முஸ்லிம்களுக்கோ ஒரே குஷியாகிவிடுகிறது. சிலரது வாய்களும் தானாகத் திறந்து கொள்கின்றன. 'ஹூ' என்று ஊளையிட்டுக் கைதட்டிச் சிரிக்கிறார்கள்.

தம் பாட்டில் போய்க்கொண்டு இருந்த சிங்களவர்களுக்குக் கோபம் தலைக்கு மேல் ஏறிவிடுகிறது. நூறு வருடக் கோபங்களையெல்லாம் சேர்த்து, ஒரே இரவில் கொட்டித் தீர்க்கிறார்கள். பள்ளிவாயல் மீது கல்லெறிந்து பலரை அடித்துச் சாய்க்கிறார்கள். பக்கத்திலிருந்த அனைத்து வீடுகளுக்கும் தீ வைக்கிறார்கள். அவர்களுக்குள் பற்றியெறிந்த சிங்களத் தீயை ஊர் முழுக்கப் பரவவிடுகிறார்கள்.

காலங்காலமாக நாட்டில் ஒன்றுக்குள் ஒன்றாய் இணைந்து வாழ்ந்த சிங்கள, முஸ்லிம்கள், இப்படி எதிரிகள் போல அடித்துக்கொள்வது ஆச்சரியமாக இல்லையா? சாதி முறைமை புறையோடிப்போயிருந்த அன்றைய சமூகத்துக்குள், முஸ்லிம்களை உயர்ந்த சாதிகளுக்கு ஒப்பாகவே நடத்தினார்கள் கண்டிச் சிங்களவர்கள். யுத்தங்களில் பக்கத்துப் பக்கத்தில் நின்று ஈட்டி எறிந்திருக்கிறார்கள். ஆனால் ஆங்கிலேயர் வந்து நூறே வருடங்களில், அத்தனையும் மாறிவிட்டன.

"முஸ்லிம்களுக்கு அதிகமாகவே சலுகைகள் கிடைக்கின்றன."

"முஸ்லிம் வியாபாரிகள் பிரித்தானிய அரச குடும்பத்தாருடன் நெருக்கமாக இருக்கிறார்கள். நமது வியாபாரங்களை நடத்திச் செல்வது இவர்கள் இருக்கும் வரை சாத்தியப்படப் போவதில்லை."

போன்ற கருத்துக்கள் சிங்கள மக்களிடையே வெகுவாகப் பரவத் தொடங்கியிருந்தன.

“பௌத்தர்களையும் பௌத்த மதத்தையும் பாதுகாக்க வேண்டும்” என்ற எண்ணம் முன்னெப்போதுமில்லாத அளவு சிங்களவர்களிடையே வலுவாகத் தோன்றியிருந்தது.

‘அநகாரிக்க தர்மபால’ ஆரம்பித்த பௌத்த மறுமலர்ச்சி இயக்கத்துக்கு இதில் மிகப் பெரும் பங்கிருந்தது. இந்தியாவில் பௌத்தர்களின் எண்ணிக்கை குறைந்து சென்றதற்குக் காரணம் முஸ்லிம் மன்னர்களே என்று அவர் பேசினார். இலங்கை பௌத்தர்கள் கண்விழித்துக் கொள்ளும் சமயம் வந்து விட்டதாக எச்சரித்தார். பிரித்தானியர் விற்பனை செய்யும் மதுவினை அருந்திவிட்டு, சிங்களவர்கள் அடிமை மயக்கத்தில் இருப்பதை எடுத்துக்காட்டி, அமெரிக்க பௌத்தரான ‘ஸ்டீல் ஒல்கோட்’ ஆரம்பித்த மதுவொழிப்பு இயக்கத்தில் இணைந்து அதன் பிரசாரங்களைப் பரவலாக்கத் தொடங்கினார். சுதந்திரப் போராட்ட இயக்கங்களுக்கும் தலைமை தாங்கி வழிநடத்தியவர் அவர்.

சரி முஸ்லிம் வர்த்தக சமூகத்திற்கும் பிரித்தானிய அரசுக்கும் அப்படி என்ன உறவு இருக்கிறது. கொஞ்சம் ப்ளாஷ் பேக் பார்த்துவிடலாம்.

1904ஆம் ஆண்டில் மாபெரும் மாணிக்கக் கல் கண்காட்சி ஒன்று நடைபெற்றது. உலகெங்கிலுமிருந்து பல கோடீஸ்வரர்கள் தங்களது கற்களை அதில் காட்சிப்படுத்தியிருந்தனர். இலங்கை முஸ்லிம் தனவந்தரான என்.டீ.எச். அப்துல் கபூர் விதவிதமான அரியவகைக் கற்களை வைத்திருந்தமைக்காக, அந்த நிகழ்வில் தங்கப் பதக்கம் பெற்றார். இந்த அப்துல் கபூர்தான் வேல்ஸ் இளவரசர் 1901 இல் இலங்கை வந்திருந்த போது, அவருக்கு மாணிக்கக் கற்களைப் பரிசளிக்கும் வாய்ப்பைப் பெற்றவர்.

நிற்க. இலங்கை மாணிக்க வணிகர்களுக்கும் பிரித்தானிய அரச குடும்பத்துக்குமான தொடர்பு அன்று ஆரம்பமானதல்ல. கி.பி. 1875 இலேயே, மாக்கான் மாக்கார் கம்பனி, அரிய வகை இரத்தினக் கற்களைப் பட்டை தீட்டி அவர்களுக்கு விற்று வந்தது. அந்தப் பலமான தொடர்பு, இளவரசி டயானாவின் திருமணம் வரையிலும் தொடர்ந்தது. இளவரசி டயானாவின் திருமணத்துக்கு, இலங்கையிலிருந்து அழைக்கப்பட்டிருந்த ஒரே கௌரவ விருந்தினர், பேருவளை நகரத்துப் பிரபல

மாணிக்க வர்த்தகரான, நளீம் ஹாஜியார் அவர்கள். இளவரசியின் நிச்சயதார்த்த மோதிரத்தில் உள்ள நீள்வட்ட வடிவ நீலமாணிக்கத்தை நளீம் ஹாஜியார் திருமணப் பரிசாகக் கொடுத்திருந்தார்.

அந்த நீல மாணிக்கம், டயானாவின் மருமகள் 'கேட் மிடில்டன்' இன் விரலில் இன்றுவரை ஜொலித்துக்கொண்டிருக்கிறது.

1909 இல் பிரபல இரத்தினக் கல் வர்த்தகரான Sir மாக்கன் மாக்கார், பிரித்தானியாவுக்கே அழைக்கப்பட்டு கௌரவிக்கப்படுகிறார். முஸ்லிம்களுக்குப் பதவிகள், கௌரவங்கள் கிடைப்பதையும், சில்லறை வியாபாரத்திலும், ஏற்றுமதியிலும் அவர்கள் தீவிரமாக ஈடுபட்டு வந்தமையையும் சிங்களவர்கள் இன உணர்வுடன் பார்த்து வந்தனர்.

இப்படியிருக்கையில், **1907**ஆம் ஆண்டில்,கம்பளை நகரத்து அம்பகமுவ வீதியில் இந்திய வம்சாவளி முஸ்லிம்கள் ஒரு பள்ளிவாயலைக் கட்டுகிறார்கள். அன்றைய தேதியில் இலங்கையில் சிலோன் முஸ்லிம்களுக்குச் சரிசமமாக, இந்தியச் சம்மங்கரப் பரம்பரையொன்றும் தோன்றியிருந்தது. பள்ளிவாயல் வீதியில் பௌத்த பெரஹரா ஊர்வலம் முழக்கத்துடன் போவதை அந்த மக்கள் விரும்பவில்லை. இதனைக் கருத்திற்கொண்ட போலீஸ், அந்த வழியே சத்தமெழுப்பும்படியான பெரஹரா ஊர்வலம் போவதைத் தவிர்த்து, மாற்று வழிகளைப் பரிந்துரை செய்திருந்தது.

சிங்களத் தரப்பினர் இது தொடர்பாக வழக்குத் தாக்கல் செய்து ஊர்வலம் போவதற்கு அனுமதி பெற, முஸ்லிம்களோ அந்தத் தீர்ப்புக்கெதிராக மேல் முறையீடு செய்யப்போக இழுபறியின் பரப்பளவு அதிகரித்துக்கொண்டு சென்றதே தவிர முடிவடைவதாகத் தெரியவில்லை. பல மாதங்களின் பின் முஸ்லிம் தரப்பு வெற்றி பெற்றது என்றாலும் சிங்களத்தரப்புடன் உண்டான உளக்காயங்கள் ஆறாத ரணங்களாய்த் தொடர்ந்தன.

ஏற்கெனவே, பிரித்தானிய அரசு, ஒலி எழுப்பும் விதமான வழிபாடுகளைச் சட்ட ரீதியாகத் தடை செய்திருந்தது. **1865**ஆம் ஆண்டுக்குரிய இந்தச் சட்டத்தின்படி, மேளதாளங்களுடன் விகாரைகளில் பிரார்த்தனைகளையோ, ஊர்வலங்களையோ

நடத்த, எழுத்து மூல அனுமதி பெற வேண்டி இருந்தது. இதில் வேடிக்கை என்னவென்றால் நாட்டைப் பிடிக்கும் போது, மத அனுஷ்டானங்கள் எதிலும் தலையிடுவதில்லை என்று பிரித்தானியர்கள் வாக்குக் கொடுத்து இருந்ததுதான்.

இந்த நிலைமையில்தான், **1915**ல் மேமாதம் வெசாக் தினத்தில் குறித்த ஊர்வலம் கலவரமாக மாறியது. கம்பளை நகரில் எரிய ஆரம்பித்த கலவரத் தீ நாடு முழுவதும் பரவுகிறது. கடுகண்ணாவ, மாத்தளை, ரம்புக்கண, நீர்கொழும்பு வழியே மத்திய கொழும்பு வரை பிரளயம் மூண்டது. சிங்கள மக்கள் முஸ்லிம் கடை பள்ளிவாயல்களைத் தேடித் தேடித் தாக்கி எரித்தபடி முன்னேறிச் சென்றார்கள்.

கொழும்பில் செறிவாக வாழ்ந்த முஸ்லிம் பெண்களும் பிள்ளைகளும் அச்சத்தில் போலீஸில் தஞ்சமடைந்தார்கள். கலவரத்தை அடக்குவது என்பது பிரித்தானிய அரசுக்குக் கடும் தலைவலியாகிவிடுகிறது.

மார்சல் சட்டத்தைக் கையில் எடுப்பதைத் தவிர வழி ஆங்கிலேயர்களுக்குத் தெரியவில்லை. சிலோன் போலீஸுக்கு ஒத்தாசையாக, பஞ்சாபிலிருந்தும் படைகளை இறக்கி வீதியில் காணும் எந்தவொரு கலவரக்காரனையும் தயவு தாட்சண்யமின்றி நெஞ்சில் சுடும்படி கட்டளையிடுகிறது ஆங்கில அரசு. வீதிக்கு வந்த சிங்களவர்கள், குண்டடி பட்டு, வீழ்ந்தார்கள். ஊரடங்குச் சட்டம் அமலுக்கு வந்தது.

இக்கலவரத்தில் முஸ்லிம்களின் மொத்த இழப்பு ஐந்தரை மில்லியன் ரூபாய்களாக மதிப்பீடு செய்யப்பட்டிருந்தது. முற்றாகத் தீக்கிரையான பள்ளிவாயல்களின் எண்ணிக்கை மட்டும் பதினேழு. நாலாயிரத்துக்கும் மேற்பட்ட வீடுகளும் எண்பத்தைந்துக்கும் மேற்பட்ட பள்ளிகளும் கொள்ளையடிக்கப் பட்டு சேதமாகி இருந்தன. உயிர்ப்பலிகள் நூறைத் தாண்டி இருந்தன. பிரித்தானியர் என்னதான் சட்டத்தை அமல்படுத்தி கலவரக் கும்பலை விரட்டியடித்தாலும் உள்ளூர நிச்சயம் மகிழ்ந்து இருப்பார்கள். அதில் எந்தச் சந்தேகமும் இல்லை.

23. எங்கும் சீர்திருத்தம்!

கம்பளையும், அதன் சுற்றுவட்டாரங்கள் பலவும் குப்பை மேடு போலக் காட்சியளித்தன. தீயில் கருகிய கடைத் தொகுதிகளிடையே கசிந்துகொண்டிருந்த புகை இன்னும் ஓய்ந்திருக்கவில்லை. இலங்கைத் தீவில் இனத்தின் பெயரால் நிகழ்ந்த முதல் யுத்தம் இது. கலவரம் என்ற சொல்லை விட யுத்தம் என்று பிரயோகிப்பதே சரியானது. எத்தனை இறப்புகள், எத்தனை காயங்கள். ஆயிரம் ஆண்டுகளுக்கும் மேலாக, ஒன்றுக்கொன்று துணையாக நின்ற இரு பிரிவினர், அனைத்தையும் மறந்து அடித்துக்கொள்வது, யுத்தத்தில் சேராதா?

இதற்கு முன் எத்தனையோ கலவரங்கள் நிகழ்ந்தனதான். ஆனால் அவை ஒவ்வொன்றுமே ஒன்றோ, அந்நிய ஆக்கிரமிப்புகளுக்கு எதிராக நிகழ்ந்தன. இல்லை அநீதிக்கு எதிராக நிகழ்ந்தன. அதுவும் இல்லாவிடில் உரிமையை மீட்பதற்காக நிகழ்ந்தன.

இனக்குழுக்களிடையே நிகழ்ந்த சிறு கைகலப்புக்களிலும், உயிர்ப்பலிகள் இருக்கவில்லை. எப்படிப் பார்த்தாலும், எதிலுமே 'மதம்' என்ற சொல் மேலெழவில்லை. கலவரத்தின் பின், அச்சமும் சந்தேகமும் மக்கள் மனதில் புகுந்து குடிகொள்ளவில்லை.

ஆனால் 1915 ஆண்டின் சிங்கள முஸ்லிம் கலவரத்தின் பின்னர், எல்லாமே மாறிவிட்டது. விவாகரத்தான கணவன் மனைவி போல, அத்தனை வெறுப்பு இருதரப்பினர் மனதிலும் தோன்றி முடிந்திருந்தது.

முதலாம் உலக மகா யுத்தம் உக்கிரமாக நடைபெற்றுக் கொண்டிருந்த காலம் அது. துருக்கி, பிரித்தானியாவின் எதிரியான ஜெர்மனியின் பக்கம் சாய்ந்துகொண்டது. சிலோன் முஸ்லிம்களுக்கும் துருக்கிக்கும் இடையில் இருந்த நல்லுறவை அறிந்த அரசு, பிரச்சினையை மிகக் கவனமாகக் கையாள வேண்டும் என்பதை உணர்ந்தது. இந்த உள்நாட்டு இனக் கலவரத்தைத் துடைத்தே போட்டுவிடுவிதில் மிகுந்த கவனமெடுத்தது. நூற்றுக்கணக்கான சிங்களவர்கள் கைதாகினர். தலைமை தாங்கிய இளைஞர்கள் பலர் சமூகத்தில் வெட்டித் தெரிய ஆரம்பித்தனர். சிங்கள அரசியல் தலைவர்கள், முஸ்லிம் அரசியல் தலைவர்கள், தமிழ் அரசியல் தலைவர்கள் என்ற புதிய இனங்கள் அப்போதுதான் ஒழுங்காகத் தோற்றம் பெற்றன.

Sir பொன். ராமநாதன், கலவரத்தை அடக்கிய அரசின் நடவடிக்கையை கடுமையாகச் சாடிப் பேசியிருந்தார். அதனால் சிங்களவர்கள் மத்தியில் அவரது பெயர் பிரபலமானது. கலவரம் தொடர்பான நீதியான அரச விசாரணையை வேண்டி, நாடு முழுவதும் மக்கள் கூட்டம் கூடியது.

ஆனால் காலனி அரசு, மக்களின் கோரிக்கையை நிராகரித்து விட்டது. அரச விசாரணையெல்லாம் கிடையாது, வேண்டுமானால் போலீஸ் விசாரிக்கட்டும் என்று கூறிவிட்டது. அத்தோடு நிறுத்திவிடாமல், ஆளுனரையும் , சம்பந்தப்பட்ட பல அதிகாரிகளையும் இடமாற்றம் செய்தது.

அதுவரை ஆறுமுக நாவலரின் தலைமையில் இந்து சமயத்தவரின் எழுச்சியும், அநகாரிக தர்மபாலவின் கீழ் பௌத்த மறுமலர்ச்சியும் மக்களிடையே தோன்றியிருந்தது என்று சொல்லலாம். ஆனால் தேசிய ரீதியாக, அரசை எதிர்ப்பதற்கோ, கேள்வி கேட்பதற்கோ, ஏன், சுமுகமாகப் பேச்சுவார்த்தை நடத்துவதற்கோ கூட ஒரு ஒழுங்கான கட்டமைக்கப்பட்ட குழு தோன்றியிருக்கவில்லை.

எல்லாவற்றையும் தீர்ப்போம் என்ற உறுதியுடன் **1919** இல், சிலோன் தேசிய காங்கிரஸ் (CNC) ஆரம்பிக்கப்பட்டது. Sir பொன்னம்பலம் ராமநாதனின் சகோதரர், பொன். அருணாச்சலம் தலைமையில், டீ.எஸ் சேனாநாயக்க உட்பட பல சிங்களத் தலைவர்களின் வழிகாட்டலில் உருவானது CNC இயக்கம்.

தேசிய காங்கிரஸ் அரசியல் கட்சி கிடையாது. பொன். ராமநாதன், கம்பளைக் கலவரத்தில் சிங்களத் தரப்பின் பக்கம் நின்றுகொண்டதால், அவரது சகோதரன் தலைமையிலான இந்த இயக்கத்தில் முஸ்லிம் தலைவர்கள் யாரும் இணைந்து கொள்ளவில்லை.

அந்தச் சமயத்தில் சட்டசபையில் அங்கத்துவம் வகித்த, மேதகு அப்துர் ரஹ்மான் (வாப்பச்சி மரிக்காரின் புதல்வர்), மாக்கான் மாக்கர், அப்துல் காதர், ஆகிய எவருக்குமே சிலோன் தேசிய காங்கிரஸின் கூட்டு பிடிக்கவில்லை.

இணைந்திருந்த தமிழ்த் தலைவர்களுக்கும் ஓரிரு வருடங்களிலேயே அனைத்தும் கசக்கத் தொடங்கியது. தேசிய காங்கிரஸ் சிங்களத் தேசியவாதத்தைத்தான் மீண்டும் தூக்கிப் பிடிக்கிறதா? திருத்தம் செய்யப்பட இருக்கும் சட்டசபையில் இனரீதியான பிரதிநித்துவம் கூடாது என்கிறார்களே. இனரீதியான பிரதிநிதித்துவம் போனால், சிறுபான்மையினர் சட்டசபையை நெருங்கவும் முடியாதே!

1920 ஆம் ஆண்டின் 'மனிங் சீர்திருத்தம்' நடந்தபோது, தமிழ் மக்களும் மேல் மாகாணத்தில் பிரதிநிதித்துவம் வேண்டியதை, சிங்களத் தலைவர்கள் எவருமே ஏற்கவில்லை. ஏற்பது எப்படிப் போனாலும், கடுமையாக எதிர்த்தார்கள். என்னதான் சிழிசி என்று கூட்டாக இருந்தாலும், நடைமுறை என்று வரும் போது, சிறுபான்மையினரைப் புறந்தள்ளுவது சிங்களவர்களின் ரத்த அணுக்களில் ஊடுருவிட்ட வழமையாகிவிட்டது. இதனைக் கண்கூடாகக் கண்ட தமிழ்த்தலைவர்கள் யாவரும் கூட்டணியிலிருந்து வெளியேறினார்கள். தேசிய காங்கிரஸ் பிரிந்து, அதன் பல்லின முகம் காற்றில் கரைந்து போனது.

1921ஆம் ஆண்டில், அறிஞர் ஐ.எல்.எம்.அப்துல் அஸீஸ் யாழ்ப்பாணம் சென்றிருந்தார். அப்போதெல்லாம், வெள்ளிக்

கிழமையின் ஜும்மாப் பிரசங்கங்கள் அரபி மொழியிலேயே இடம் பெற்றன. ஜும்மாப் பிரசங்கம் முடிந்து, அறிஞர் அஸீஸ் மக்களை அழைத்துப் பேசுகிறார். ஜும்மாவை தமிழிலும் நடத்துமாறு நிர்வாகத்தினருக்கு ஆலோசனை வழங்குகிறார்.

மக்களும் சுதேச அரசியல்வாதிகளும் மென்மேலும் சீர்திருத்தங்களை வேண்டியபடியே இருந்தார்கள். **1924**ஆம் ஆண்டில், மனிங் குழுவின் சீர்த்திருத்தமும் சட்டத்துடன் கலக்கிறது. கோல் ப்ரூக்கில் ஆரம்பித்து, காலத்துக்குக் காலம் அறிமுகமான ஒவ்வொரு சீர்திருத்தத்தின் போதும் சட்டசபையில் மக்களதிகாரத்தை உயர்த்தி, ஆளுநரின் அதிகாரங்களைப் படிப்படியாகக் குறைப்பதுவே நமது நோக்கம் என்பதாகப் பாசாங்கு செய்தது ஆங்கிலேய அரசு.

அக்காலத்தில் சோனக முஸ்லிம்கள் வியாபாரத்திலும் விவசாயத்திலும் ஈடுபட்டிருந்த அதேவேளை, மலாய முஸ்லிம்களில் பலர் போலீஸ் துறையிலும், அரசாங்கத் தொழில்களிலும் ஈடுபட்டிருந்தனர். மலாயர்களின் 'இளைஞர் முஸ்லிம் லீக்'கை **1890**இல் கண்டியில் பிறந்த இலங்கை முஸ்லிம் சரித்திரத்தில் மறக்க முடியாத அடையாளமான டீ.பீ ஜாயா வழிநடத்தி வந்தார்.

டீ.பீ. ஜாயா, ஆரம்பத்தில் அரசாங்கப் பாடசாலை ஆசிரியராகப் பணிபுரிந்தார். மேற்கத்திய இலக்கியமும் வரலாறும் கற்பித்து வந்ததோடு, அகில இலங்கை ஆசிரியர் சங்கத்தின் தலைவராகவும் பணியாற்றினார். கொழும்பு ஆனந்தா கல்லூரியில் ஆசிரியராகவும் கொழும்பு ஸாஹிராவில் அதிபராகவும் சேவை ஆற்றியவிதம் அவரை ஒரு சிறந்த ஆளுமையாகக் கட்டமைத்துக் கொடுத்தது. பின்னாளில் அரசியலில் ஆர்வம் துளிர்விட ஆரம்பித்தது. **1924**ஆம் ஆண்டின் சட்ட நிரூபண சபைக்குத் தேர்வானார்.

அவர் செய்த பல்லாயிரம் பணிகளுள், மிக முக்கியமானது, முஸ்லிம்களை, மலாயர், சோனகர் என இரு குழுக்களாகப் பார்க்காமல், ஒரு தனி இனமாகக் கருத வலியுறுத்தியதுதான். தமது மலாய சமூகத்தை இந்த விடயத்தில் ஆதர்சமாய் வழிநடத்தினார்.

மனிங் சீர்திருத்தம் மூலமும் திருப்தியடையாத இலங்கையின் மேன்மக்கள், சட்டவாக்க சபையில் திருத்தங்கள் தேவையாக இருப்பதனைத் தொடர்ந்தேச்சையாக உணர்த்திக்கொண்டே இருந்தனர். அதற்குப் பதிலளிப்பதற்காக, டொனமூர் குழு **1928**இல் நாட்டை வந்தடைந்தது. அவர்களின் ஆய்வின் அடிப்படையிலும், மக்கள் பிரதிநிதிகளின் கோரிக்கைகளின் அடிப்படையிலும், அதுவரை காலமும் நடைமுறையில் இருந்த வரையறுக்கப்பட்ட வாக்குரிமையை சர்வசன வாக்குரிமையாக மாற்றும் யோசனைகள் முன்வைக்கப்பட்டன.

விவாதம் ஆரம்பமானது. இலங்கையை ஐம்பது தேர்தல் தொகுதிகளாக்கி, ஐம்பது உறுப்பினர்களை சட்டசபைக்குத் தேர்வு செய்யவும் முன்மொழியப்பட்டது. முஸ்லிம் பிரதிநிதிகள் இதனைக் கடுமையாக எதிர்த்தனர். காரணம் ஐம்பது தொகுதிகளாக்கப்பட்டால், ஒரு தொகுதியிலேனும் முஸ்லிம்கள் வெற்றி பெறுவது என்பது பெரும்பாடாய் இருந்தது. தொகுதிகள் பிரிக்கப்பட்ட விதத்தில் முஸ்லிம்கள் பெரும்பான்மையாக வாழும் பகுதிகள் எதுவுமே அமையவில்லை. டீ.பீ. ஜாயா இது தொடர்பான ஒரு மஹஜரை, குடியேற்ற இலாகாவுக்கு அனுப்பி வைத்தார். தமிழர்களும் இதனை எதிர்த்தனர். Sir. பொன் இராமநாதன், இங்கிலாந்துக்கே சென்று, சிறுபான்மையினருக்குப் பொருத்தமில்லாத டொனமூர் விதந்துரைகளை நிராகரிக்க வேண்டினார். **1915** சிங்கள - முஸ்லிம் கலவரத்தில் சிங்களத்தின் வாயிற்காப்பாளராய் சட்டம் பேசிய அதே பொன். ராமநாதன்தான். அவருக்கும் கடைசியில் ஆப்பு மட்டும்தான் கிட்டியது.

எனினும் **1931**ஆம் ஆண்டில் டொனமூர் சீர்திருத்தங்கள் நடைமுறைக்கு வருகின்றன. சட்டவாக்க சபை, ‘அரச கழகம்’ என்ற பெயரில் அறுபத்தியொரு உறுப்பினர்களைக் கொண்ட மன்றமாக உருவெடுத்தது. அறுபத்தியொன்றில் ஐம்பது பேர், புதிதாக சர்வசன வாக்குரிமை பெற்ற மக்களால் தொகுதிவாரித் தேர்தல் மூலமாகத் தெரிவாகினார்கள். மிகுதி எட்டுப் பேரை அரசு நியமித்தது. எஞ்சிய மூன்று பேர், செயலாளர்களாக இருந்தனர். வேடிக்கை என்னவென்றால், என்னதான் மக்களதிகாரமாக உருவெடுத்தாலும் உறுப்பினர்கள் எண்ணிக்கை வர வரக் கூடிச் சென்றாலும் பிரிட்டிஷ் நிர்வாகம்

நியமித்த அந்த மூன்று செயலாளர்களே அதிகபட்ச அதிகாரம் பெற்றிருந்தனர்.

அறுபத்தியொரு உறுப்பினர்களும் ஏழு நிர்வாகக் குழுக்களாகப் பிரிக்கப்பட்டனர். கல்வி, விவசாயம், நிர்வாகம் என்பதாக, ஒரு குழுவில் எட்டு உறுப்பினர்களைக் கொண்டு, தலைவர் ஒருவருடன் குழுக்கள் பணியினைப் பாரமெடுத்தன.

கல்விக் குழுவுக்கு, C.W.W. கன்னங்கர தலைமை தாங்கினார். டீ.எஸ் சேனாநாயக்க, விவசாயக் குழுவின் தலைவராக இருந்தார்.

தேர்தலில் மட்டக்களப்புத் தொகுதியில் மாத்திரம், மாணிக்க வியாபாரப் பரம்பரையில் வந்த முஹம்மத் மாக்கான் மாக்கார் வெற்றியீட்டி, ஒரே முஸ்லிம் உறுப்பினராகத் தெரிவாகி இருந்தார். டீ.பீ. ஜாயா, மத்திய கொழும்பு ஆசனத்தை இழந்தார். எனினும் எட்டு நியமன அங்கத்தவர்களில் எம்.கே. ஸல்டீன் என்ற முஸ்லிம் இருந்தார். ஆக மொத்தம் அறுபதில் இரண்டே இரண்டு முஸ்லிம் உறுப்பினர்கள்.

ஏமாற்றமுற்ற டீ.பீ.ஜாயா லண்டனுக்குப் போய்விட்டார். லண்டனிலுள்ள இலங்கைக்கான அரசாங்கச் செயலாளரைச் சந்தித்து, முஸ்லிம்களின் பிரச்சினையை முறையிட்டார். "முஸ்லிம் பிரச்சினை தொடர்பாக அனுதாபத்துடன் பரிசீலனை செய்யப்படும்" என்று லண்டன் டீ.பீ.ஜாயவுக்கு வாக்களித்தது. ஆனால் நடந்ததோ வேறு கதை.

மீண்டும் நாடளாவிய ரீதியில் **1936**ஆம் ஆண்டு நடந்த மாகாணத் தேர்தலில், ஒரு முஸ்லிம் கூடத் தேர்வாகவில்லை. பேரதிர்ச்சியடைந்தனர் முஸ்லிம் தலைவர்கள். தமக்குள் ஒரு பலமான கூட்டமைப்பும், ஒழுங்கான திட்டமும் அவசியம் என்பதனை உணர்ந்தார்கள். 'அகில இலங்கை முஸ்லிம் லீக்' ஸ்தாபிக்கப்பட்டது.

பரிதாபம் கொண்டதாலோ என்னவோ இறுதியில் நியமனம் மூலமாக இரு முஸ்லிம்களை பிரிட்டிஷ் அரசு உள்வாங்கியது. டீ. பீ. ஜாயா அதில் ஒருவர். அடுத்தவர், Sir. ராஸிக் ஃபரீத்.

24. சுதந்திரக் காற்று

அது ஒரு மாபெரும் மக்கள் பேரணி. அமைதியான பேரணிதான். புரட்சியின் வாடை எதுவும் அடிக்கவில்லை. வேண்டுமானால் "வெள்ளையனே வெளியேறு" என்ற வாசகத்துடன் இந்தியா முழுவதும் பரவியிருந்த காந்திய ஜாடை கொஞ்சமாகத் தெரிந்தது எனலாம். ஒன்று கூடலின் ஒரே நோக்கம், பிரித்தானியரிடமிருந்து சுதந்திரம் பெறுவது. ஒழுங்கு செய்தவர்கள், அகில இலங்கை முஸ்லிம் லீக் அமைப்பினர்.

1938ஆம் ஆண்டு மே பத்தாம் தேதியன்று மக்களின் பேராதரவுடன், மருதானை பள்ளிவாயல் முன்றலில் நடந்த அந்தக் கூட்டத்தில், சிங்கள, தமிழ்த் தலைவர்களும் கலந்துகொள்கிறார்கள். 'சுதந்திரம் பற்றிய இஸ்லாமியக் கண்ணோட்டம்' எனும் தலைப்பில் ஷேய்க் அல் பாஸி என்ற அறிஞர் உரையாற்ற, சுதந்திரக் காற்று, இலங்கைத் தீவெங்கும் மெல்ல வீசத் தொடங்கியிருந்தது.

இலங்கையில் நிலைமை இவ்வாறிருக்க, ஐரோப்பாவில் இரண்டாம் உலகப் போர் ஆரம்பமாகி இருந்தது. இந்த யுத்தத்தில் இலங்கையின் திருகோணமலைத் துறைமுகம் பிரித்தானியாவின் முக்கிய இராணுவ ஸ்தலமாக இருந்தது.

இலங்கையர்கள் பரவலாகவே சுதந்திரம் பற்றி உரையாடத் தொடங்கியிருந்தனர். இலங்கையின் முதலாவது அரசியல்

கட்சியான என்.எம். பெரேரா என்ற கீர்த்திமிகு அரசியல்வாதியின் சூரியமல் கட்சி, நாடு முழுவதும் கூட்டங்களை நிகழ்த்தி, மக்களுடன் கலந்து உரையாடிக்கொண்டிருந்தது.

ஏற்கெனவே ஹிட்லரின் ராக்கெட் தாக்குதல்களால் லண்டன் நகரமே அலறிக்கொண்டு இருக்க இலங்கையிலும் இந்தியாவிலும் போராட்டங்கள் வருவது சரீர சுகத்திற்கு நல்லதல்ல என்பதை அறிந்திருந்தது பிரிட்டிஷ் அரசு. மக்களை அமைதிப் படுத்துவதற்காக, இலவசங்களை பகிர்ந்தளித்துப் பார்த்தது. அது வேலைக்காகவில்லை. ஆகவே இலவச சேவைகளைப் பற்றி ஆசையூட்டியது. கல்வியை இலவசமாக்குவோம் என்றும், கூடிய சீக்கிரத்தில் சுதந்திரம் தருவோம் என்றும் வாக்களித்தது.

மறுபுறம் போரில் பிரித்தானியாவின் எதிர்த்தரப்பான ஜப்பான் சில சிங்களத் தலைவர்களுடன் பேச்சுவார்த்தை நடத்தி இலங்கை வந்து போன செய்தியால் மேலும் பீதி அடைகிறது பிரிட்டிஷ் அரசு. சிங்கள முன்னணித் தலைவர்களில் ஒருவரான டீ.எஸ். சேனாநாயக்கவின் மகன் டட்லி சேனாநாயக்க போன்ற இளைஞர்கள், ஜப்பானியத் தூதுவர்களைச் சந்தித்து இருக்கிறார்கள். இப்படியே போனால் நிலமை மோசமாகிவிடும். ஆகவே எந்த வகையில் பார்த்தாலும் சுதந்திரத்தை வழங்கி, மரியாதையாக இங்கிருந்து விலகிச் செல்வதே பிரித்தானியாவுக்கு நல்லதாகப்பட்டது.

எல்லாக் கணக்கு வழக்குகளையும் தீரத்து, கையில் சாவிக் கொத்தை ஒப்படைத்துவிட்டுப் போவதற்காக, புதியதொரு ஆலோசனை சபையின் உதவி தேவைப்படுகிறது ஆதிக்க அரசுக்கு.

1944இல் சோல்பரி பிரபுவின் குழு சிலோனை வந்தடைகிறது. சிங்களவர்கள், தமிழர்கள், முஸ்லிம்கள், பறங்கியர் என எல்லாத் தரப்பினரதும் கோரிக்கைகளை ஆராய்ந்து, சுதந்திர இலங்கைக்கான சட்டசபையைத் தீர்மானிப்பதே அவர்களின் தலையாய நோக்கமாக இருந்தது. Sir.ராஸிக் பரீத் தலைமையிலான இலங்கை சோனகர் சங்கம், சோல்பரி குழுவைச் சந்தித்து, தமது அறிக்கையைச் சமர்ப்பித்தது. தமிழர்கள் சார்பாக, ஜி.ஜி. பொன்னம்பலம் தலைமையிலான 'தமிழ் காங்கிரஸும்' ஒரு குண்டைத் தூக்கிப் போடுகிறது.

'அமையப்போகும் புதிய பாராளுமன்றத்தில் தமிழர்களுக்கு 50:50 பிரதிநிதித்துவம் வேண்டும்.'

பிரித்தானிய அரசு நாட்டைவிட்டுப் போய்விட்டால், தமிழர்கள் புறக்கணிக்கப்படுவார்கள் என்பது அவர்கள் தரப்பு வாதமாக இருந்தது. ஆக இருக்கும்போதே உத்தரவாதம் வாங்கிக்கொள்ள இதைவிட்டால் வேறு தருணமில்லை.

கோரிக்கை நிராகரிக்கப்பட்டது வேறு கதை.

சட்டசபையில் சோல்பரி குழு தனது பரிந்துரைகளை முன்வைத்து விவாதத்தை ஆரம்பித்தது. பிரதானமாக இலங்கை 'டாமினியன்' (Dominion) அந்தஸ்து பெறுவதற்கான விவாதம் நிகழ்கிறது. அன்றைய சட்டப்படி, அறுபத்தியொரு அங்கத்தவர்களுள் மூன்றில் இரண்டு பேர் சார்பாக வாக்களித்தால் மாத்திரமே, குழுவின் பரிந்துரைகள் புதிய சட்ட மூலமாக ஏற்றுக் கொள்ளப்படும்.

முஸ்லிம் தலைவர்கள் ஒருமித்த குரலில் டாமினியன் தீர்மானத்துக்கு ஆதரவளித்தனர். டாமினியன் அந்தஸ்து என்பது, பிரித்தானியக் காலனி நாடுகளுக்குக் கிடைக்கும் ஒருவகையான சுதந்திரம். ஒருவகையான சுதந்திரம் என்றால்?

அதாவது, மொத்த ஆட்சியும் அதிகாரமும் நாட்டு மக்களுக்கே வழங்கப்படும். 'உங்களுக்கு நீங்களேதான் ராஜா' என்பது போல. ஆனால் பிரித்தானிய மகாராணி, பெயரளவில் தலைவியாகக் கருதப்படுவார். கிட்டத்தட்ட முக்கால் சுதந்திரம் போன்ற ஒரு நிலை! இன்றுவரை அவுஸ்திரேலியா, கனடா போன்ற நாடுகள் பிரித்தானியாவின் டாமினியன்களாகவே தொடர்கின்றன.

சோல்பரி குழுவின் தீர்மானங்கள் 1945 நவம்பர் மாதம் சட்டசபையில் அதிகபட்ச வாக்குகளால் வெற்றி பெற்றன. டீ.பீ.ஜாயாவும், Sir ராஸிக் பரீதும் அன்றைய தினம் ஆற்றிய உரைகள் சிங்களத் தலைவர்களை உணர்ச்சி வெள்ளத்தில் மிதக்க வைத்தன.

டீ.எஸ். சேனாநாயகாகவும், எஸ்.டப்ளிவ். ஆர்.டீ. பண்டார நாயக்கவும் அவர்களின் உரைகளில் முஸ்லிம்களின் நிபந்தனையற்ற ஆதரவு குறித்து, சிலாகித்துப் பேசினார்கள்.

"தமிழ் நண்பர்களாகிய உங்களிடம் ஒரே ஒரு கேள்வியைக் கேட்க விரும்புகிறேன். நீங்கள், ஆங்கிலேயர்கள் எங்களை லண்டனில் இருந்து ஆட்சி செய்வதை விரும்புகிறீர்களா. நம் நாடு, இலங்கையர்களாலேயே ஆளப்படுவதை விரும்புகிறீர்களா? அந்தவகையில் முஸ்லிம் சகோதரர்களின் நிதானமான போக்கை நாம் வெகுவாகப் பாராட்டுகிறோம். சிங்கள அடக்குமுறை என்ற கட்டுக் கதையை அவர்கள் ஒருபோதும் கூறவில்லை."

டீ.எஸ். சேனானாயக்கவின் அன்றைய உரை முஸ்லிம்களின் வரலாற்றுப் பாதையை இரத்தினச் சுருக்கமாகக் கூறிவிடுகிறது.

அதே வருடம் டாக்டர். கலீல் என்கிற இளைஞனும் முஸ்லிம் அரசியலில் இணைந்துகொள்கிறார். சித்திலெப்பையினர் உருவாக்கிய முதலாவது முஸ்லிம் பாடசாலையான 'ஹமீதுல் ஹுஸைனி' கல்லூரியில் கற்று, பின்னர் மருத்துவப் படிப்பை முடித்த கையோடு, சமூகத்தின் குரலாக இறங்கிய இளைஞர் அவர். சித்திலெப்பை, வாப்புச்சி மரிக்கார் போன்றவர்கள் விதைத்தவற்றின் அறுவடைகள் தொடங்கும் காலமது.

1947ம் ஆண்டு சோல்பரி அரசியல் சாசனப்படி புதிய தேர்தல் நடக்கிறது. இம்முறை, தேர்தல் தொகுதிகளில் சிறுபான்மையினருக்கு எந்தக் குளறுபடிகளுமில்லை. டீ.எஸ் சேனாநாயக்க தலைமையிலான புதிய பாராளுமன்றம் 1947 ஆம் ஆண்டு உருவாகிறது. அடுத்த ஆண்டு, பெப்ரவரி மாதம் நான்காம் தேதியன்று, இலங்கைத் திருநாடு, சுதந்திர தேசமாக அறிவிக்கப்படுகிறது.

உசாத்துணை

கலாநிதி M.A.M.Shukri: இலங்கை முஸ்லிம்களின் தொன்மைக்கான வரலாற்றுப் பாதை -இரண்டாம் பதிப்பு

கலாநிதி ரவுப் ஸெய்ன்: இலங்கை முஸ்லிம்களின் தேசிய பங்களிப்பு

Professor Rohitha Dassanayake :Arabs in Serandib

எம்.ஐ.எம்.அமீன்: இலங்கை முஸ்லிம்களின் வரலாறும் கலாச்சாரமும்

Dr. Shariff Anees: Sri Lankan Muslims, An Introduction

கலாநிதி ரோஹித்த தசநாயக்க-தமிழாக்கம் ஹாஸிம் பாத்திமா பிர்தௌஸியா: இளம் பிறையும் எடைத் தராசும்

ஏ.எம்.ஏ.அஸீஸ்: இலங்கையில் இஸ்லாம்

ஏ.எம்.நஜிமுதீன்:கண்டி ராஜ்ஜிய முஸ்லிம்களின் சிங்கள வம்சாவளிப் பெயர்கள்

கலாநிதி எம்.எஸ். அனீஸ்: கசப்பான யதார்த்தங்கள், கட்டுரைகளின் தொகுப்பு

முஸ்லிம் சமய பண்பாட்டலுவல்கள் திணைக்களம்: மன்னார் மாவட்ட முஸ்லிம்கள்

இலங்கை கல்வி வெளியீட்டுத் திணைக்களம்:இஸ்லாம் பாட நூல்- தரம் பத்து

இலங்கை கல்வி வெளியீட்டுத் திணைக்களம்: இஸ்லாம் பாட நூல்- தரம் பதினொன்று

ஜார்ஜ் டர்னர் & வில்லியம் கீஜர்: தமிழில் சாந்திப்ரியா: மகாவம்சம்

en.unesco.org

Researchgate.org

http://www.srilankamuslims.org/muslims-in-portuguese-sri-lanka/

http://www.srilankamuslims.org/colombo-muslims-history/ Colombo muslim

https://www.arabnews.com